सावित्रीबाई फुले पुणे विद्यापीठाच्या २०२३ पासून सुरू झालेल्या एम. ए.
अर्थशास्त्र (आंतरराष्ट्रीय अर्थशास्त्र - II) (ECO - 553 MJ) या विषयाच्या अभ्यासक्रमासाठी
व इतर विद्यापीठांच्या संबंधित अभ्यासक्रमासाठी उपयुक्त पुस्तक

एम.ए. अर्थशास्त्र
आंतरराष्ट्रीय अर्थशास्त्र - २
(International Economics - II)
(ECO - 553 MJ)
M. A. - I (Sem. - II)

As per New Education Policy (2020)

प्रा. डॉ. राजेंद्र अ. रसाळ

प्रोफेसर व अर्थशास्त्र विभाग प्रमुख
सी.एस.एम. आर्टस् ॲण्ड कॉमर्स कॉलेज,
चाकण, जि. पुणे.

२०२४

SUCCESS PUBLICATIONS

प्रकाशक :
डॉ. राजेश पाटणे
सक्सेस पब्लिकेशन्स
राधाकृष्ण अपार्टमेंट, ५३५ शनिवार पेठ,
आप्पा बळवंत चौक, प्रभात टॉकिज समोर, पुणे ४११ ०३०
फोन नं : ०२०-२४४३४६६२
मोबा. - ९३२५३१५४६४

आवृत्ती
२०२४

संपादक
श्री. वाल्मिक गायकवाड

अक्षरजुळणी :
कु. वर्षा लोखंडे

मुखपृष्ठ :
कु. वर्षा लोखंडे

***ISBN NO.* - 978-81-19939-21-3**

प्रस्तावना

सावित्रीबाई फुले पुणे विद्यापीठाच्या एम.ए. या शैक्षणिक वर्षासाठीच्या अभ्यासक्रमात या वर्षापासून सुधारणा करण्यात आली आहे. नवीन शैक्षणिक धोरण २०20 ची अंमलबजावणी करण्यात आली आहे. अर्थशास्त्र (आंतरराष्ट्रीय अर्थशास्त्र - II) (ECO - 553 MJ) या पेपरच्या अभ्यासक्रमात करण्यात आलेल्या सुधारणांची ऑगस्ट २०२३ पासून अंमलबजावणी होत आहे. या सुधारित अभ्यासक्रमासाठी उपयुक्त असलेले पुस्तक आपल्या हाती देताना विशेष आनंद होत आहे. प्रस्तुत पुस्तकात आंतरराष्ट्रीय अर्थशास्त्राबाबत महत्त्वपूर्ण विवचेन करण्यात आले आहे. त्यामुळे या पुस्तकाचे स्वागत विद्यार्थी व प्राध्यापक करतील हा विश्वास आहे.

प्रस्तुत पुस्तकाच्या सुरूवातीला व्यवहारतोल, व्यवहारतोल घटक, व्यवहारतोलातील असमतोल दुरूस्त करण्यासाठीचे उपाय, अंतर्गत आणि बाह्य संतुलनासाठी धोरणे तसेच १९९१ मधील भारतीय रुपयाचे अवमूल्यन वगैरे अभ्यास घटकासंबंधी सविस्तर विवेचन दिले आहे. दुसऱ्या प्रकरणात परकीय चलन बाजाराचे घटक, परकीय चलन बाजारातील व्यवहार, विनिमय दराची निश्चिती, विनिमय नियंत्रणाची उद्दिष्टे आणि पद्धती यांची माहिती देण्यात आली आहे. तिसऱ्या प्रकरणात आंतरराष्ट्रीय भांडवल प्रवाहाचे वर्गीकरण, परकीय भांडवलाचे महत्त्व आणि भूमिका, डी-डॉलरायझेशनची संकल्पना, आंतरराष्ट्रीय भांडवली हालचालींवर परिणाम करणारे घटक, रूपयाची परिवर्तनीयता, परकीय चलन व्यवस्थापन कायदा यांचे सविस्तर विवेचन करण्यात आले आहे. चौथ्या प्रकरणात आंतरराष्ट्रीय बँक व्यवसाय, बेसल मानके, लिबोर, आंतरराष्ट्रीय नाणेनिधी, आंतरराष्ट्रीय पुनर्रचना, जागतिक बँक व नवीन विकास बँका यांचा सविस्तर आढावा घेण्यात आला आहे. एकूणच आंतरराष्ट्रीय अर्थशास्त्रातील महत्त्वपूर्ण घटकांची माहिती पुरविणारे हे एक उपयुक्त पुस्तक आहे.

पुस्तक लेखनासाठी अनेक संदर्भ ग्रंथांची मदत झाली. पुस्तक लेखनाच्या बाबतीत महाविद्यालयाचे प्राचार्य, व्यवस्थापन सदस्य, सहकारी प्राध्यापक व प्राध्यापकेतर कर्मचारी, अभ्यासमंडळ सदस्य, विविध ग्रंथालयाचे ग्रंथपाल, विविध महाविद्यालयातील प्राध्यापक मित्र यांचे सहकार्य व प्रोत्साहन मिळाले. संदर्भ ग्रंथांच्या लेखकांसहीत इतर सर्वांविषयी मी कृतज्ञता व्यक्त करतो. तसेच पुस्तकाचे प्रकाशक डॉ. राजेश पाटणे व सौ. विद्या पाटणे आणि सक्सेस पब्लिकेशन मधील कर्मचारी वर्ग यांच्याविषयी देखील मी कृतज्ञता व्यक्त करतो.

प्रा. डॉ. राजेंद्र अ. रसाळ

Syllabus

M. A. - I (Sem. - II)

Economics (International Economcis - II) (ECO - 553 MJ)

Unit	Contents	Lectures
1.	**Balance of Payment** **1.1** Balance of Trade & Balance of Payments – Concept & difference **1.2** Balance of Payments- Structure & Components, Importance of Balance of Payments **1.3** Causes of Disequilibrium in Balance of Payments **1.4** Correction of Disequilibrium-Automatic Correction, Deliberate Correction **1.5** Policies for Internal and External Balance-Fiscal and Monetary Policies Under Fixed and Floating Exchange Rates **1.6** Devaluation of Indian Rupee in 1991: Need and Effects	16
2.	**Foreign Exchange** **2.1** Components of Foreign Exchange Market- Transfer of Purchasing Power, Provision of Credit, Provision of Hedging Facilities **2.2** Transactions in the Foreign Exchange Market- Options, Forwards, Futures, and Swap, Concept of Arbitrage, Hedging and Speculation; Types of Risk in International Markets **2.3** Determination of Rate of Exchange- Purchasing Power Parity Theory, Balance of Payments Theory, Monetary Models. **2.4** Exchange Control- Objectives and Methods of Exchange Control	14

3.	**International Capital Flows** **3.1** Classification of International Capital Flows-Direct and Portfolio Investment, Government, Institutional and Private Capital, Short term and long-term Capital, Domestic and Foreign Capital, Foreign Aid. **3.2** Importance and Role of Foreign Capital-Trade and Investment, the concept of de-dollarization, Factors Affecting International Capital Movements. **3.3** Current and Capital Account Convertibility of Rupee - Concept and Prerequisites, Developments on Convertibility of Rupee in India. **3.4** Foreign Exchange Management Act 1999- Objectives and Features.	15
4.	**International Banking** **4.1** International Banking- Concept, Classification - Offshore Banking Unit, Foreign Banks, Foreign Subsidiaries/ Affiliates, Correspondent Banks **4.2** International Banking Agreements-Basel Norms; Introduction to LIBOR **4.3** Functions and Importance - International Monetary Fund & International Bank for Reconstruction and Development (World Bank), New Development Bank.	15

❖ अनुक्रमणिका ❖

प्रकरण १

व्यवहारतोल
(Balance of Payment)

१.१ व्यापारतोल आणि व्यवहारतोल : संकल्पना आणि फरक

१.२ व्यवहारतोल : रचना व घटक, व्यवहारतोलाचे महत्त्व

१.३ व्यवहारतोलातील असमतोलाची कारणे

१.४ असमतोल दुरूस्ती – स्वयंचलित दुरूस्ती, जाणीवपूर्वक दुरूस्ती

१.५ अंतर्गत आणि बाह्य संतुलनासाठी धोरणे : स्थिर आणि बदलत्या विनिमय दराच्या परिस्थितीत राजकोषीय आणि चलनविषयक धोरणे

१.६ १९९१ मधील भारतीय रुपयाचे अवमूल्यन : गरज आणि परिणाम

१.० प्रास्ताविक (Introduction):

व्यवहारतोल ही संज्ञा व्यापारतोल या संज्ञेपेक्षा व्यापक आहे. व्यापारतोलात दृश्य वस्तूच्या आयात-निर्यातीमुळे निर्माण होणाऱ्या देण्या-घेण्याचा विचार केला जातो. तर व्यवहारतोलात दृश्य व अदृश्य अशा दोन्ही प्रकारच्या वस्तूंच्या अयात-निर्यातीमुळे निर्माण होणाऱ्या देण्या-घेण्याचा विचार केला जातो. व्यवहारतोलाचे चालू खाते व भांडवली खाते असे दोन भाग पडतात. स्वातंत्र्योत्तर काळात भारताला सातत्याने प्रतिकूल व्यवहारतोलाच्या समस्येला तोंड द्यावे लागलेले आहे. प्रतिकूल व्यवहारतोलास अनेक कारणे जबाबदार आहेत. व्यवहारतोलातील तूट कमी करण्यासाठी मोठ्या प्रमाणात प्रयत्न करण्यात आले आहेत.

प्रस्तुत प्रकरणात व्यापारतोल आणि व्यवहारतोल संकल्पना, व्यवहारतोलाची रचना व घटक, व्यवहारतोलाचे महत्त्व, व्यवहारतोलातील असमतोलाची कारणे, असमतोल दुरुस्ती, १९९१ मधील भारतीय रुपयाच्या अवमूल्यनाची गरज व परिणाम याविषयी सविस्तर स्पष्टीकरण दिले आहे.

१.१ व्यापारतोल आणि व्यवहारतोल : संकल्पना आणि फरक (Balance of Trade Balance of Payments - Concept and difference) :

व्यापारतोल (Blance of Trade) आणि व्यवहारतोल या दोन संकल्पना एकमेकांशी संबंधित आहेत. मात्र, या संकल्पनात फरक आहे. व्यापारतोल (Blance of Trade) आणि व्यवहारतोल या दोन संकल्पनांचा अर्थ आणि या दोन संकल्पनांमधील फरक पुढे स्पष्ट केला आहे.

व्यापारतोलाचा अर्थ :

व्यापारतोलाचा संबंध केवळ वस्तूच्या म्हणजेच दृश्य (Visible) बाबींच्या आयात व निर्यात मूल्यांच्या फरकाशी आहे. जर दृश्य वस्तूच्या आयातीचे मूल्य दृश्य वस्तूच्या निर्यातीच्या मूल्यापेक्षा जास्त असेल तर व्यापारतोल प्रतिकूल असतो. जर दृश्य वस्तूच्या आयातीचे मूल्य हे दृश्य वस्तूच्या निर्यातीच्या मूल्यापेक्षा कमी असेल तर व्यापारतोल अनुकूल असतो. जर दृश्य वस्तूच्या आयातीचे आणि निर्यातीचे मूल्य समान असेल तर व्यापारतोल संतुलित असतो. देशादेशातील वस्तूंची देवाण–घेवाण म्हणजे दृश्य व्यापार असतो कारण ही देवाण–घेवाण उघडपणे होते आणि कस्टम अधिकारी त्यांची तपासणी करू शकतात.

व्यवहारतोलाचा अर्थ :

कोणत्याही देशाच्या एका विशिष्ट कालखंडातील दृश्य व अदृश्य आयातीच्या सर्व बाबींचे एकूण मूल्य आणि त्या देशाच्या दृश्य व अदृश्य निर्यातीच्या सर्व बाबींचे मूल्य दर्शविणारा ताळेबंद म्हणजे त्या देशाचा आंतरराष्ट्रीय व्यवहारतोल किंवा आंतरराष्ट्रीय व्यवहार ताळेबंद होय. देशाच्या आंतरराष्ट्रीय व्यवहारतोलात आंतरराष्ट्रीय पातळीवरील व्यवहारातून निर्माण होणारी सर्व येणी व देणी यांचा समावेश होतो. आंतरराष्ट्रीय व्यवहारतोलाचे चालू खाते व भांडवली खाते असे दोन भाग करता येतात.

कोणत्याही देशाच्या आंतरराष्ट्रीय व्यवहारतोलाच्या चालू खात्यात सर्व दृश्य व अदृश्य आयात–निर्यातीमुळे निर्माण होणाऱ्या जमा–खर्च रकमांचा समावेश होतो. निर्यात होणाऱ्या वस्तू व सेवा यांची येणी व आयात वस्तू व सेवांमुळे परदेशांना निर्माण होणारी देणी यांचा ताळेबंद म्हणजे व्यवहारतोलाचे चालू खाते होय. व्यवहारतोलातील चालू खात्यातील बाबींचा देशाच्या राष्ट्रीय उत्पन्नावर प्रत्यक्ष व ताबडतोब परिणाम होतो. निर्यातीमुळे राष्ट्रीय उत्पन्न वाढते, तर वस्तू व सेवांच्या आयातीमुळे राष्ट्रीय उत्पन्न घटते.

प्रत्येक देशाला कर्ज घेण्याचे व देण्याचे व्यवहार करावे लागतात. त्याचप्रमाणे मालमत्तेच्या खरेदी–विक्रीचे व्यवहार देखील करावे लागतात. अशा प्रकारच्या व्यवहारांचा समावेश व्यवहारतोलाच्या भांडवली खात्यात केला जातो. भांडवली खात्यातील बाबींचा देशाच्या राष्ट्रीय उत्पन्नावर प्रत्यक्ष व ताबडतोब परिणाम होत नसून त्या देशाच्या मालमत्तेवर परिणाम होतो. स्वातंत्र्यपूर्व काळात भारताचा व्यापारतोल अनुकूल होता.

आधुनिक काळात सर्वसाधारणपणे जगातील सर्वच देश आपल्या देशात उत्पादित न होणाऱ्या वस्तूंची आयात करतात. त्याचबरोबर आपल्या देशात उत्पादित होणाऱ्या वस्तूंची निर्यात करतात. आंतरराष्ट्रीय व्यापारात सहभागी झालेल्या देशांच्या दृष्टीने व्यवहारतोलाची संकल्पना महत्त्वाची आहे.

"व्यवहारतोल म्हणजे दिलेल्या कालखंडात देशातील रहिवाशांच्या उर्वरित जगाबरोबरील आर्थिक व्यवहाराची पध्दतशीर नोंद होय." (The balance of payments is a systematic record of economic transaction of the residents of a country with the rest of the world during a given period of time) अशा प्रकारच्या नोंदी ठेवण्यामागे देशाची आंतरराष्ट्रीय आर्थिक स्थिती समजून घेणे आणि सरकारला चलनविषयक आणि राजकोषीय धोरण ठरविण्याच्या बाबतीत मदत करणे हे प्रमुख हेतू आहेत.

व्यापारतोल आणि व्यवहारतोल यातील फरक (Difference between Balance of Trade and Balance of Payment) :

व्यापारतोल आणि व्यवहारतोल यामधील फरक पुढीलप्रमाणे :

१) अर्थ :

व्यापारतोल हे एक आर्थिक विवरण आहे जे देशाची उर्वरित जगाबरोबरील वस्तूंची आयात आणि निर्यात विचारात घेते. व्यवहारतोल हे एक आर्थिक विवरण आहे जे देशाच्या उर्वरित जगाबरोबरील सर्व आर्थिक व्यवहारांचा मागोवा ठेवते. व्यवहारतोल हे एका विशिष्ट कालावधीत एका देशातील आणि बाहेरील जगामध्ये झालेल्या सर्व व्यवहारांचे विवरण आहे. व्यापारतोल म्हणजे वस्तूची निर्यात आणि आयात यातील फरक आहे.

२) घटक :

व्यापारतोल आणि व्यवहारतोल यामध्ये फरक करणारा आणखी एक घटक म्हणजे व्यापारतोल हा व्यवहारतोलाचा एक प्रमुख भाग आहे. व्यापारतोल हा व्यवहारतोलाच्या चालू खात्याचा एक घटक आहे. व्यवहारतोलात चालू खाते आणि भांडवली खाते यांचा समावेश होतो. व्यवहारतोलामध्ये दृश्य वस्तू, अदृश्य वस्तू, एकतर्फी स्थानांतर (transfers) आणि भांडवली स्थानांतर यांचा समावेश होतो. व्यापारातोलामध्ये केवळ दृश्य वस्तूंचा समावेश होतो.

३) नोंद :

व्यापारतोल आणि व्यवहारतोल यामधील मुख्य फरक त्यांनी ठेवलेल्या नोंदींमध्ये आहे. व्यापारतोल केवळ भौतिक वस्तूंची नोंद करते. दुसरीकडे, व्यवहारतोल भौतिक वस्तूंसह बिगर-भौतिक वस्तूंची नोंद करते. भांडवली स्वरूपाचे सर्व व्यवहार व्यवहारातोलामध्ये समाविष्ट आहेत. व्यापारतोल केवळ वस्तूंशी संबंधित व्यवहारांची नोंद करते.

४) भांडवल स्थानांतर/ व्यवहार :

भांडवल स्थानांतर हा व्यापारतोल आणि व्यवहारतोल यामध्ये फरक करणारा आणखी एक महत्त्वाचा घटक आहे. भांडवली स्वरूपाचे सर्व व्यवहार व्यवहारातोलामध्ये समाविष्ट केले जातात. भांडवली स्वरूपाचे व्यवहार व्यापारतोलामध्ये समाविष्ट होत नाहीत. भांडवली आणि एकतर्फी स्थानांतराचा (transfers) व्यापारतोलात समावेश होत नाही. भांडवली आणि एकतर्फी स्थानांतराचा व्यवहारतोलात समावेश होतो.

५) व्याप्ती :

व्यवहारतोल ही एक व्यापक संकल्पना आहे आणि यात व्यापारतोलाचा समावेश होतो. व्यापारतोल ही एक संकुचित संकल्पना आहे आणि ती व्यवहारतोल खात्याचा एक भाग आहे. व्यवहारतोलात दृश्य व अदृश्य बाबींमुळे निर्माण झालेल्या देण्या-घेण्याचा विचार केला जातो. अदृश्य बाबीत सेवा, बँक व्यवसाय, विमा, भांडवल प्रवाह, सोन्याची खरेदी-विक्री वगैरेंचा समावेश होतो.

६) आर्थिक स्थिती :

व्यवहारतोल देशाच्या आर्थिक स्थितीची स्पष्ट कल्पना देतो. व्यापारतोल देशाच्या आर्थिक स्थितीची आंशिक कल्पना देतो.

७) निव्वळ परिणाम :

व्यापारतोलाचा निव्वळ परिणाम एकतर अनुकूल, प्रतिकूल किंवा संतुलित असू शकतो. व्यवहारतोलाचा निव्वळ परिणाम नेहमीच शून्य असतो. व्यवहारतोलाच्या येणी आणि देणी या बाजू दोन्ही जुळतात.

१.२ व्यवहारतोल: रचना व घटक, व्यवहारतोलाचे महत्त्व (Balance of Payments- Structure and Components, Importance of Balance of Payments):

१.२.१ व्यवहारतोल: रचना व घटक (Balance of Payments- Structure Components) :

देशाचे व्यवहारतोल खाते हे दुहेरी नोंद पुस्तपालन तत्त्वाच्या आधारे तयार केले जाते. यात प्रत्येक व्यवहार जमा (Credits) आणि खर्च (debits) बाजूस नोंदविला जातो. व्यवसायिक लेखांकनात जमा उजव्या बाजूस आणि खर्च डाव्या बाजूस दर्शवितात. याउलट व्यवहारतोल लेखांकनात जमा डाव्या बाजूस आणि खर्च उजव्या बाजूस दाखविण्याची पध्दत आहे.

जेव्हा परकीय देशांकडून रक्कम मिळते तेव्हा तो जमा व्यवहार असतो तर परकीय देशास रक्कम देणे हा खर्च व्यवहार असतो. जमा बाजूस असलेल्या प्रमुख बाबीत वस्तू व सेवांची निर्यात, देणग्या, अनुदाने वगैरे स्वरूपातील परकीयांकडून मिळालेल्या हस्तांतरित रक्कमा, विदेशातून कर्ज उभारणी, सोन्यासह इतर राखीव मालमत्तेची परकीय देश व एजन्सींना केलेली अधिकृत विक्री, परकीयांनी देशात केलेली गुंतवणूक यांचा समावेश होतो.

व्यवहारतोलाचा खर्च बाजूस असलेल्या प्रमुख बाबीत वस्तू व सेवांची आयात, देणग्या, अनुदाने या स्वरुपात परकीयांना दिलेल्या हस्तांतरित रकमा, परकीय देशांना दिलेले कर्ज, परकीय देश आणि आंतरराष्ट्रीय एजन्सीकडून राखीव निधी किंवा सोन्याची खरेदी, देशातील रहिवाशांनी विदेशात केलेली गुंतवणूक यांचा समावेश होतो.

व्यवहारतोल खात्यात जमा व खर्चाच्या बाबी दुहेरी नोंद पुस्तपालन तत्त्वानुसार उभ्या दर्शविल्या जातात. या बाबी आडव्या स्वरूपात चालू खाते, भांडवली खाते, आणि अधिकृत हिशेबपूर्ती खाते (Official Settlement ccount) या तीन प्रकारात विभागल्या जातात. तक्ता १.१ मध्ये व्यवहारतोल खाते दर्शविले आहे.

तक्ता १.१ : व्यवहारतोल खाते

जमा(+) (प्राप्ती)	खर्च (-) (देणे रक्कम)
१) चालू खाते	
निर्यात	**आयात**
अ) वस्तू	**अ)** वस्तू
ब) सेवा	**ब)** सेवा
क) हस्तांतरित रकमा	**क)** हस्तांतरित रकमा
२) भांडवली खाते	
अ) परकीय देशाकडून घेतलेले कर्ज	**अ)** परकीय देशांना दिलेले कर्ज
ब) परकीय देशांनी केलेली प्रत्यक्ष गुंतवणूक	**ब)** परकीय देशात केलेली प्रत्यक्ष गुंतवणूक
३) अधिकृत हिशेबपुर्ती खाते	
चूकभूल (Errors and onmissions)	

१) चालू खाते (Current ccount) :

देशाच्या चालू खात्यात वस्तू व सेवांच्या, व्यापारांशी संबंधित सर्व बाबींचा समावेश होतो. सेवा व्यवहारात प्रवास व वाहतूक खर्च, विमा, वगैरेंचा समावेश होतो. हस्तांतरित रकमात देणग्या, परकीय मदत, पेन्शन वगैरेंचा समावेश होतो.

चालू खात्यात व्यापारी मालाची निर्यात आणि आयात या बाबी महत्त्वाच्या आहेत. निर्यातीद्वारे मिळालेल्या रकमा डाव्या बाजूस आणि आयातीसाठी दिलेल्या रकमा उजव्या बाजूस दर्शविल्या जातात. सेवा आणि हस्तांतरित रकमा किंवा अदृश्य बाबी व्यवहारतोल खात्याचे खरे चित्र स्पष्ट करतात. दृश्य बाबींसह अदृश्य बाबी चालू खात्याची प्रत्यक्ष स्थिती स्पष्ट करतात. जर वस्तू व सेवांची निर्यात ही वस्तू व सेवांच्या आयातीपेक्षा जास्त असेल तर व्यवहारतोल अनुकूल समजला जातो.

चालू खात्यात वस्तू व सेवांची निर्यात आणि हस्तांतरित रकमांची प्राप्ती या बाबी जमा बाजूस नोंदविल्या जातात कारण या बाबी परकीयांकडून मिळालेली प्राप्ती दर्शवितात. दुसऱ्या बाजूला वस्तू व सेवांची आयात आणि परकीयांना दिलेल्या हस्तांतरित रकमा खर्च बाजूस नोंदविल्या जातात कारण त्या बाबी परकीयांना दिलेल्या रकमा दर्शवितात. अशा दृश्य व अदृश्य व्यापार शेषाचे निव्वळ मूल्य म्हणजे 'चालू खात्यावरील शेष (शिल्लक)' होय.

२) भांडवली खाते (Capital ccount) :

देशाच्या भांडवली खात्यात तिच्या अल्पकालीन व दीर्घकालीन कर्ज व्यवहार (कर्ज देणे व कर्ज उभारणी) आणि खासगी व सरकारी गुंतवणूक या स्वरूपातील वित्तीय मालमत्तेतील व्यवहारांचा समावेश होतो. दुसऱ्या शब्दात, भांडवली खाते कर्जे व गुंतवणुकीचा आंतरराष्ट्रीय प्रवाह आणि देशाची परकीय मालमत्ता व दायित्व यांतील फरक दर्शविते. दीर्घकालीन भांडवल व्यवहार एक वर्ष किंवा त्यापेक्षा जास्त समयपूर्तीच्या आंतरराष्ट्रीय भांडवल हालचालींशी संबंधित असून त्यात परकीय यंत्र उभारणीसारखी प्रत्यक्ष गुंतवणूक आणि आंतरराष्ट्रीय कर्जाचा समावेश होतो. अल्पकालीन भांडवल व्यवहार हे तीन महिने व एक वर्षापेक्षा कमी या कालावधीचे असतात. भांडवली खात्यात पुढील दोन प्रकारचे व्यवहार समाविष्ट असतात.

१) खासगी व्यवहार :

खासगी व्यवहारात प्रत्यक्ष गुंतवणूक, रोखासंग्रह गुंतवणूक आणि अल्पकालीन गुंतवणूक अशा सर्व प्रकारच्या गुंतवणुकीचा समावेश होतो.

२) सरकारी व्यवहार :

सरकारी व्यवहारात परकीय सरकारी संस्थांना दिलेल्या आणि त्यांच्याकडून घेतलेल्या कर्जांचा समावेश होतो.

भांडवली खात्यात परकीय देशांकडून कर्ज उभारणी आणि परकीय देशांनी केलेली प्रत्यक्ष गुंतवणूक भांडवलाचा अंतर्वेशी प्रवाह (Inflows) दर्शविते तर दुसऱ्या बाजूला परकीय देशांना दिलेली कर्जे आणि परकीय देशातील प्रत्यक्ष गुंतवणूक हे भांडवलाचा बहिर्गामी प्रवाह (Outflows) दर्शवितात.

व्यवहारतोल नेहमीच संतुलित असतो (Balance of Payment lways Balance) :

लेखांकनाच्या दृष्टिकोनातून व्यवहारतोल नेहमीच संतुलित असतो. जमा ही खर्चाबरोबर असते. व्यवहारतोल खाते दुहेरी नोंद पुस्तपालन पध्दतीने तयार केले जाते. सर्व नोंदी अचूकपणे केल्या तर एकूण जमा ही एकूण खर्चाबरोबर असते. व्यवहारतोलाचे चालू खाते व भांडवली खाते मिळून जमा व खर्च समान असतो. चालू खात्यावर वाढावा

असेल तर सरकारकडून इतर देशांना कर्ज मंजूर केले जाते किंवा त्यामुळे परकीय चलनाच्या राखीव साठ्यात वाढ होते जे भांडवली खात्यात दर्शविले जाते.

याउलट व्यवहारतोलाच्या चालू खात्यात तूट असेल तर अशी तुट विदेशातून कर्ज घेऊन भागविली जाते; म्हणजेच परकीय मदतीद्वारे कर्ज मिळवून भागविली जाते.

अशा प्रकारे देशाच्या व्यवहारतोलाच्या चालू खात्यातील वाढावा किंवा तुटीमुळे आणखी वित्तीय व्यवहार होतात व ते भांडवली खात्यात दर्शविले जातात.

१.२.२ व्यवहारतोलाचे महत्त्व (Importance of Balance of Payments):

व्यवहारतोलाचे महत्त्व पुढीलप्रमाणे :

१) आंतरराष्ट्रीय आर्थिक स्थिती स्पष्ट :

व्यवहारतोल देशाची आंतरराष्ट्रीय आर्थिक स्थिती स्पष्ट करतो. तो आंतरराष्ट्रीय व्यापारात देशाचे स्थान दर्शवतो. व्यवहारतोलात सतत असमतोल, विशेषतः तूट अनिष्ट आहे कारण ते आंतरराष्ट्रीय स्तरावर देशाची आर्थिक स्थिती कमकुवत करते. परिणामी त्याचा अर्थव्यवस्थेच्या प्रगतीवर विपरीत परिणाम होतो.

२) देशाची स्पर्धात्मक शक्ती आणि उणीवा दर्शवितो :

व्यवहारतोल देशाची स्पर्धात्मक शक्ती व उणीवा दर्शवतो आणि समतोल आर्थिक विकास साधण्यात मदत करतो. तो सरकारच्या आर्थिक धोरणांवर आणि स्वतःच्या अर्थव्यवस्थेवर लक्षणीय परिणाम करू शकतो. भांडवली जमा आणि देयके (payments) देशाच्या बाह्य कर्जाची स्थिती आणि त्यातील बदल दर्शवतात. व्यवहारतोल आकडेवारी उपयोगाची आहे कारण ती देशाच्या चलनाची मागणी प्रकट करते. व्यवहारतोल प्रवृत्ती देशात कोणत्या प्रकारचे आर्थिक वातावरण विकसित होऊ शकते आणि काही बाबतीत, आर्थिक संकटाची शक्यता आहे हे सांगण्यास मदत करते. व्यवहारतोल मूलतः देशाच्या आर्थिक व्यवहारांसाठी वित्तीय खातेवही म्हणून काम करतो आणि एखाद्या राष्ट्राची आर्थिक शक्ती दर्शवू शकतो. याचा उपयोग गुंतवणूकदार, गुंतवणूक व्यवस्थापक, व्यवसाय मालक आणि धोरणकर्त्यांसह विविध प्रकारच्या लोकांना माहिती देण्यासाठी केला जातो आणि तसेच अर्थशास्त्रज्ञांना देशाच्या भविष्यातील आर्थिक संभावना मांडण्यात त्याची मदत होते.

३) व्यवहारतोल आकडेवारी उपयुक्त :

अनेक वापरकर्त्यांसाठी व्यवहारतोल आकडेवारी महत्वाची आहे. गुंतवणूक व्यवस्थापक, सरकारी धोरणकर्ते, मध्यवर्ती बँक, व्यापारी वगैरे महत्त्वाचे निर्णय घेण्यासाठी व्यवहारतोल आकडेवारी वापरतात. विनिमय दर, किंमत पातळी, व्याज दर, रोजगार आणि स्थूल देशांतर्गत उत्पादन यासारख्या महत्त्वाच्या समग्रलक्षी आर्थिक चलांमुळे व्यवहारतोल आकडेवारी प्रभावित होते.

४) आर्थिक व बिगर–आर्थिक निर्णयात मदत :

व्यवहारतोल हा देश घेत असलेल्या अनेक प्रमुख आर्थिक आणि बिगर–आर्थिक निर्णयांच्या केंद्रस्थानी असलेला महत्त्वाचा मुद्दा असू शकतो. उदाहरणार्थ, व्यवसायिक जर ते परकीय बाजारपेठांमध्ये संभाव्य विस्ताराचा शोध घेत असतील तर एखाद्या देशाच्या व्यवहारतोलाची तपासणी करू शकतात किंवा एखादा गुंतवणूकदार त्यांना परकीय चलनात गुंतवणूक करायची आहे की नाही हे ठरवण्यात मदत व्हावी यासाठी देशाचा व्यवहारतोल पाहू शकतो.

५) आयात-निर्यात व्यवहारांचे निरीक्षण करण्यास मदत :

व्यवहारतोल दिलेल्या कालावधीत आयात-निर्यात व्यवहारांचे निरीक्षण करण्यास मदत करतो. तो देशाच्या निर्यात वाढीच्या क्षमतेचे विश्लेषण करतो. सरकारला शाश्वत वित्तीय व व्यापार धोरणे आणि व्यूहरचना आखण्यास व्यवहारतोलाची मदत होते.

६) आर्थिक धोरणांचे विश्लेषण करण्यास मदत :

राष्ट्रीय अर्थव्यवस्थेचे बाह्य संतुलन राखण्यासाठी व्यवहारतोल समग्रलक्षी आर्थिक धोरणांचे विश्लेषण करण्यास मदत करतो. तो दिलेल्या अर्थव्यवस्थेच्या बाह्य खात्यांमध्ये उद्‌भवू शकणारा तात्पुरता आणि संरचनात्मक असमतोल सुधारण्यात देखील योगदान देतो.

७) विविध देशांमधील आर्थिक संबंधांचे स्पष्ट चित्र प्रदान :

व्यवहारतोल विवरण विविध देशांमधील आर्थिक संबंधांचे स्पष्ट चित्र प्रदान करते. आंतरराष्ट्रीय वित्तीय व्यवस्थापनाचा हा एक अविभाज्य पैलू आहे.

८) चलनाच्या मागणी व पुरवठ्याशी संबंधित माहिती प्रदान :

व्यवहारतोल विवरण देशाच्या चलनाच्या मागणी व पुरवठ्याशी संबंधित माहिती प्रदान करतो. व्यापार आकडेवारी इतर देशांच्या तुलनेत देशाच्या चलनाचे अधिमुल्यन होत आहे की घसरण होत आहे याचे स्पष्ट चित्र दर्शविते. याव्यतिरिक्त, देशाचा व्यवहारतोल आंतरराष्ट्रीय आर्थिक वृद्धीमध्ये त्याचे स्थान दर्शवतो. व्यवहारतोल कोणत्याही देशाला त्याच्या चलनाचे मूल्य वाढत आहे की घसरत आहे हे निर्धारित करण्यात मदत करतो.

९) अर्थव्यवस्थेसाठी फायदेशीर किंवा हानीकारक असणाऱ्या प्रवृत्ती ओळखणे :

व्यवहारतोल विवरणाचा आणि त्यातील घटकांचा बारकाईने अभ्यास करून, एखादा देश अर्थव्यवस्थेसाठी फायदेशीर किंवा हानीकारक असणाऱ्या प्रवृत्ती ओळखू शकतो आणि योग्य उपाययोजना करू शकतो.

१.३ व्यवहारतोलातील असमतोलाची कारणे (Causes of Disequilibrium in Balance of Payments) :

देशाच्या व्यवहारतोल स्थितीतील असमतोल हा अल्पकाळासाठी किंवा दीर्घकाळासाठी असू शकतो. एकाच वेळी कार्य करणाऱ्या अनेक घटकांमुळे व्यवहारतोलात असमतोल निर्माण होतो. असमतोलाच्या प्रकारात देशादेशांत भिन्नता असते. तसेच एकाच देशातील वेगवेगळ्या काळातील असमतोलात व त्याच्या कारणात फरक असतो. देशाच्या व्यवहारतोलात असमतोल निर्माण होण्यास जबाबदार असलेली काही प्रमुख कारणे पुढीलप्रमाणे आहेत.

१) वस्तू व सेवांच्या आयात-निर्यातीतील असमतोल :

व्यवहारतोलातील असमतोलाचे प्रमुख कारण वस्तू व सेवांच्या आयात व निर्यातीतील असंतुलन हे आहे.जेव्हा काही कारणाने देशाच्या वस्तू व सेवांची निर्यात ही आयातीपेक्षा कमी राहते तेव्हा व्यवहारतोलात असमतोल निर्माण होतो. निर्यातयोग्य वाढाव्याची कमतरता, निर्यातयोग्य वस्तू व सेवांचा उच्च खर्च व जास्त किंमती, जागतिक बाजारपेठेतील तीव्र स्पर्धा अशा विविध कारणांनी निर्यात कमी होऊन त्यातून व्यवहारतोलात असमतोल निर्माण होतो.

२) व्यापार चक्र :

व्यवहारतोलातील असमतोल व्यापार चक्रामुळेही निर्माण होतो. जेव्हा देशात मंदी असते तेव्हा इतर देशांच्या तुलनेत आयात व निर्यात या दोन्हीतही घट होते .मात्र, निर्यातीत झालेली घट ही आयातीत झालेल्या घटीच्या तुलनेत अधिक असेल तर त्यामुळे देशात प्रतिकूल व्यवहारतोल स्थिती निर्माण होते. तेजीच्या स्थितीत आयात व निर्यात या दोन्हीतही वाढ होते. मात्र, देशाची निर्यात आयातीपेक्षा जास्त आहे की कमी आहे यावरून व्यवहारतोलात तूट आहे की वाढावा हे अवलंबून असते. मात्र, व्यवहारतोलातील तुट किंवा वाढावा अशा दोन्हीही स्थितीत व्यवहारतोलात असमतोल निर्माण होतो.

३) आर्थिक विकासाची अवस्था :

देशाने गाठलेल्या आर्थिक विकासाच्या अवस्थेवरही व्यवहारतोलातील असमतोल अवलंबून असतो. जर देश विकसनशील असेल तर देशाच्या व्यवहारतोलात तूट असते कारण असे देश विकास कार्यासाठी कच्चा माल, यंत्रसामग्री, भांडवली साहित्य व सेवा यांची आयात करतात आणि प्राथमिक वस्तूंची निर्यात करतात. अशा देशांना आयातीसाठी अधिक खर्च करावा लागतो आणि निर्यातीपासून कमी उत्पन्न मिळते; त्यामुळे व्यवहारतोलात असमतोल निर्माण होतो.

४) रचनात्मक बदल :

रचनात्मक बदलही व्यवहारतोलात असमतोल निर्माण करण्यास कारणीभूत ठरतात. वस्तूच्या उत्पादन पध्दतीतील तंत्रज्ञानाविषयक बदलांमुळे खर्च, किंमती व वस्तूंचा दर्जा यात बदल होतात. तंत्रज्ञानाविषयक बदलाचा परिणाम वस्तू व उत्पादन घटकांच्या मागणीवर होऊन त्याचा व्यवहारतोलातील विविध बाबींवर प्रभाव पडतो. तंत्रज्ञानाविषयक बदलामुळे निर्यात वाढीस व आयात घटण्यास मदत होते.

५) विनिमय दरातील बदल :

विनिमय दरातील बदलाचाही देशाच्या व्यवहारतोलावर परिणाम होऊन त्यात असमतोल निर्माण होऊ शकतो. जेव्हा देशाच्या चलनाचे मूल्य इतर चलनाच्या तुलनेत उच्च असते तेव्हा परकीय देशाकडून केली जाणारी आयात स्वस्त आणि निर्यात महाग होते. त्यामुळे आयातीत निर्यातीच्या तुलनेत वाढ होऊन व्यवहारतोलात असमतोल निर्माण होऊन तो प्रतिकूल होतो. याउलट स्थितीत व्यवहारतोल प्रतिकूल होतो.

६) चलनवाढ व चलनघट :

चलनवाढ किंवा चलनघट हे ही व्यवहारतोलातील असमतोलाचे एक कारण आहे.जर देशात चलनवाढ असेल तर निर्यात वस्तूच्या किंमतीत वाढ होऊन निर्यात घटते. मात्र, आयात स्वस्त होऊन आयातीत वाढ होते. त्यातून व्यवहारतोलात असमतोल निर्माण होतो. याउलट अर्थव्यवस्थेत चलनघटीची स्थिती असेल तर त्याचा परिणाम निर्यात वाढण्यास व आयात घटण्यास होऊन व्यवहारतोलात असमतोल निर्माण होतो.

७) लोकसंख्या वाढ :

गरीब देशातील लोकसंख्या वाढ अशा देशातील व्यवहारतोलात तूट निर्माण करण्यास कारणीभूत ठरते. लोकसंख्या वाढीमुळे अधिक वस्तूंची आवश्यकता भासल्याने आयात वाढते तर दुसऱ्या बाजूला अशा देशांची निर्यात करण्याची क्षमता कमी होते; त्यामुळे व्यवहारतोल प्रतिकूल होऊन त्यात असमतोल निर्माण होतो.

८) राष्ट्रीय उत्पन्नातील बदल :

देशाच्या राष्ट्रीय उत्पन्नातील बदल हे व्यवहारतोलातील असमतोलाचे आणखी एक कारण आहे इतर परिस्थिती कायम असताना जेव्हा देशाच्या राष्ट्रीय उत्पन्नात वाढ होते तेव्हा व्यवहारतोलात तूट निर्माण होते. जर देशाने पूर्ण रोजगार पातळी साध्य केली तर उत्पन्नातील वाढीमुळे किंमतीत चलनवाढकारक वाढ होऊन आयातीत घट होते आणि त्यातून व्यवहारतोलात असमतोल निर्माण होतो.

९) भांडवल हालचाली :

कर्ज उभारणे व कर्ज देणे किंवा भांडवलाच्या हालचालींमुळे व्यवहारतोलात असमतोल निर्माण होतो. जो देश इतर देशास मोठ्या प्रमाणात कर्जे व अनुदाने देतो त्याच्या व्यवहारतोलाच्या भांडवली खात्यात तूट निर्माण होते. याउलट विकसनशील देश, इतर देश किंवा आंतरराष्ट्रीय संस्थाकडून मोठ्या प्रमाणात कर्ज उभारणी करीत असतील तर अशा देशात अनुकूल व्यवहारतोल स्थिती असते. मात्र, अशी शक्यता सहसा नसते कारण असे देश अन्नधान्य, कच्चा माल, व भांडवली वस्तूंची मोठ्या प्रमाणात आयात करतात आणि प्राथमिक वस्तूंची निर्यात करतात.

१०) राजकीय स्थिती :

देशातील राजकीय स्थितीचाही व्यवहारतोलावर प्रभाव पडतो. देशातील राजकीय अस्थिरता परकीय गुंतवणूकदारांमध्ये अनिश्चितता निर्माण करते. त्यामुळे भांडवलाचा अंतर्वेशी प्रवाह कमी होऊन बहिर्गामी प्रवाह वाढतो; त्यामुळे देशाच्या व्यवहारतोलात असमतोल निर्माण होतो. युध्दाच्या काळातही व्यवहारतोलात असमतोल निर्माण होतो.

१.४ असमतोल दुरुस्ती- स्वयंचलित दुरुस्ती, जाणीवपूर्वक दुरुस्ती (Correction of Disequilibrium-Automatic Correction, Deliberate Correction):

व्यवहारतोलात वाढवा किंवा शिल्लक असल्यास जास्त त्रास होत नाही. मात्र, प्रत्येक देश व्यवहारतोलातील तुट दूर करण्याचा किंवा कमीत-कमी कमी करण्याचा प्रयत्न करतो. अनेक समायोजने आहेत, जी व्यवहारतोलातील असमतोल दुरुस्त करण्यासाठी केली जातात. व्यवहारतोलातील असमतोल दुरुस्त करण्यासाठीचे उपाय (अ) स्वयंचलित उपाय आणि (ब) जाणीवपूर्वक किंवा हेतुपुरस्सर उपाय या दोन गटात विभागलेले आहेत.

अ) स्वयंचलित उपाय (Automatic Measures) :

जेव्हा सुवर्ण-मान किंवा गोल्ड स्टँडर्ड होते तेव्हा स्वयंचलित उपाय उपयुक्त आणि सुसंगत होते. आता सुवर्ण-मान किंवा गोल्ड स्टँडर्ड नसल्यामुळे, संपूर्ण यंत्रणा असुसंगत आहे, तरीही ती कागदी चलनाच्या वातावरणात या वस्तुस्थितीच्या आधारावर कार्य करते की मागणी आणि पुरवठा या बाजारातील शक्तींना वेळोवेळी मुक्तपणे भूमिका बजावण्याची परवानगी असल्यास, समतोल आपोआप पूर्ववत किंवा पुनर्संचयित (restore) होईल. एका साध्या उदाहरणाने हे समजू शकते. जेव्हा जेव्हा तूट असते तेव्हा परकीय चलनाची मागणी त्याच्या पुरवठ्यापेक्षा जास्त असते आणि परिणामी विनिमय दर वाढतो आणि देशांतर्गत चलनाच्या बाह्य मूल्यात घट होते. यामुळे देशाची निर्यात स्वस्त होईल आणि आयात पूर्वीपेक्षा महाग होईल. परिणामी, निर्यातीतील वाढ आणि आयातीतील घट यामुळे व्यवहारतोल समतोल पूर्ववत होतो. मुक्त विनिमय दर प्रणाली अंतर्गत, व्यवहारतोलाचे स्वयंचलित समायोजन किंमत, व्याज, उत्पन्न आणि भांडवली प्रवाह यांसारख्या चलांमधील बदलांद्वारे होऊ शकते.

१) किंमत समायोजन :

तूट असलेल्या देशातून शिलकी किंवा वाढवा असलेल्या देशाकडे परकीय चलन जाण्यामुळे, तूट असलेल्या (deficit) देशात चलन पुरवठ्यात घट होईल आणि वाढावा असलेल्या (surplus) देशामध्ये चलन पुरवठ्यात वाढ होईल. यामुळे वाढावा असलेल्या देशातील किमती वाढतील. त्यामुळे आयातीला प्रोत्साहन मिळेल आणि निर्यातीला परावृत्त केले जाईल. तूट असलेल्या देशात किमती घसरल्याने निर्यातीला प्रोत्साहन मिळेल आणि आयातीला परावृत्त केले जाईल. त्यामुळे व्यवहारतोल समतोल पूर्ववत किंवा पुनर्संचयित होईल.

२) व्याज दर समायोजन :

व्यवहारतोलातील तूट किंवा अधिशेषामुळे होणाऱ्या चलन पुरवठा आकुंचन किंवा विस्तारामुळे व्याज दरात वाढ किंवा घट होते. तूट असलेल्या देशात व्याज दर वाढल्याने गुंतवणूकदारांना परदेशातून निधी काढून त्यांच्या देशात गुंतवणूक करण्यास प्रोत्साहन मिळेल. वाढावा असलेल्या देशात याच्या उलट घडते.

३) उत्पन्न समायोजन :

व्यवहारतोलात वाढावा असलेल्या देशाला वाढत्या उत्पन्नाचा अनुभव येईल. त्यामुळे आयात वाढेल आणि त्यानंतर व्यवहारतोल समतोल पूर्ववत किंवा पुनर्संचयित होईल.

४) भांडवल प्रवाह :

व्यवहारतोलातील असमतोलामुळे झालेल्या व्याज दरातील बदलांमुळे वाढावा असलेल्या देशांकडून तूट असलेल्या देशांकडे भांडवल प्रवाहाला प्रोत्साहन मिळेल. त्यामुळे तूट असलेल्या देशात व्यवहारतोल समतोल पूर्ववत किंवा पुनर्संचयित होण्यास मदत होईल.

ब) जाणीवपूर्वक किंवा हेतुपुरस्सर उपाय :

जाणीवपूर्वक किंवा हेतुपुरस्सर उपाय म्हणजे जाणूनबुजून केलेल्या उपायांद्वारे असमतोल सुधारणे होय. असे विविध उपाय पुढे दिले आहेत.

१) चलनघट (Deflation) :

निर्यातीच्या तुलनेत आयात जास्त असल्याने व्यवहारतोलात तूट निर्माण होते. याचाच अर्थ जेव्हा देशाची निर्यात कमी प्रमाणात होते आणि आयात मोठ्या प्रमाणात होत तेव्हा व्यवहारतोल प्रतिकूल होतो. प्रतिकूल व्यवहारतोल दुरुस्त करण्यासाठी आयात कमी करून निर्यातीत वाढ करणे गरजेचे असते; त्यासाठी बँक दरात वाढ करून आणि कर्ज पुरवठा मर्यादित करून चलनघटकारक किंवा महाग पैसा धोरणाचा अवलंब केला जातो. चलनघटीच्या स्थितीत देशांतर्गत वस्तूंच्या किंमती कमी होतात; त्यामुळे परकीय देशांतील वस्तूंच्या तुलनेत देशातील वस्तू स्वस्त होऊन निर्यातीत वाढ होते.तसेच देशांतर्गत वस्तू तुलनेने स्वस्त झाल्याने आयातीत घट होते. अशा प्रकारे चलनघटीमुळे देशाच्या निर्यातीत वाढ आणि आयातीत घट होऊन व्यवहारतोलातील तूट दुरुस्त होते.चलनघटीमुळे विनिमय दरावर काहीही परिणाम होत नसून देशांतर्गत बदलाद्वारे व्यवहारतोलातील तूट दुरुस्त केली जाते.

२) चलनाच्या बाहय मूल्यात घट :

प्रतिकूल व्यवहारतोल दुरूस्त करण्याचा आणखी एक उपाय म्हणजे देशातील चलनाच्या बाहय मूल्यात घट करणे हा होय. चलनाच्या बाहय मूल्यात घट करणे म्हणजे दुसऱ्या देशातील चलनाच्या तुलनेत एका देशाच्या

विनिमय दरात घट करणे होय. अमेरिकेच्या बाबतीत भारताचा व्यवहारतोल प्रतिकूल असेल तर अमेरिकेच्या चलनासाठी म्हणजे डॉलरसाठी असलेली भारतीयांची मागणी वाढेल. त्यामुळे रूपयाच्या संदर्भात डॉलरची किंमत वाढेल आणि रूपयाचे डॉलरमधील मूल्य कमी होईल. समजा नवीन विनिमय दर १ डॉलर= ८० रुपयांऐवजी १ डॉलर = ८५ रूपये झाला तर त्यातून रूपयाचे मूल्य कमी झाल्याचे स्पष्ट होते.

देशाच्या चलनाच्या मुल्यातील घटीमुळे परकीयांना देशातील वस्तू स्वस्त वाटतील त्यामुळे निर्यातीत वाढ होईल. तसेच देशातील चलनाच्या मूल्यात घट झाल्यामुळे परकीय वस्तू महाग होऊन आयातीत घट होईल. त्यातून व्यवहारतोलातील तूट दुरूस्त होईल.

जर देशाची आयात व निर्यातीसाठीची मागणी मोठ्या प्रमाणात लवचीक असेल तर चलनाच्या बाहय मूल्यातील थोडीशीही घट व्यवहारतोलातील सामान्य तूट दुरूस्त करू शकते.

३) अवमूल्यन (Devaluation) :

प्रतिकूल व्यवहारतोल असलेल्या देशांकडून तो दुरूस्त करण्यासाठी वापरण्यात येणारी अवमूल्यन ही एक पध्दत आहे. अवमूल्यन म्हणजे जाणीवपूर्वक चलनाच्या बाहय मूल्यात घट करणे होय. चलन मूल्य घटीला अवमूल्यन हा पर्याय आहे. चलनमूल्य घट ही बाजारयंत्रणेवर आधारित आहे तर अवमूल्यन हे लहरी आहे. जेव्हा देशाच्या चलनाचे अवमूल्यन होते तेव्हा परकीय देशांना करण्यात येणारी निर्यात तूलनेने स्वस्त होऊन निर्यातीत वाढ होते. अवमूल्यनामुळे आयात महाग होऊन आयातीत घट होते. त्यामुळे व्यवहारतोलातील तुट दुरूस्त होण्यास मदत होते.

४) प्रत्यक्ष नियंत्रणे (Direct Controls) :

व्यवहारतोलातील असमतोल दुरूस्त करण्यासाठी सरकार प्रत्यक्ष नियंत्रणाचा अवलंब करते. अशा नियंत्रणाचा हेतू आयातीचे परिमाण कमी करणे हा असतो. मोठ्या प्रमाणात आयात शुल्क आकारणे, आयातीचा कोटा ठरविणे वगैरे मार्गांनी सरकार अनावश्यक आणि कमी महत्त्वाच्या आयातीवर निर्बंध घालते. त्याचवेळी ते महत्त्वाच्या जीवनावश्यक वस्तूच्या बाबतीत आयात शुल्क माफ करणे किंवा आयात शुल्क कमी आकार, शिथिल आयात कोटा वगैरे गोष्टी करू शकते. सरकार भांडवली वस्तूंना मुक्त प्रवेश देऊन चैनीच्या वस्तूंवर मोठ्या प्रमाणात आयात शुल्क आकारू शकते. अशा प्रकारे प्रतिकुल व्यवहारतोल दुरूस्त करण्यासाठी आयातीत घट केली जाते. विनिमय नियंत्रणे आयात नियंत्रित करण्याबरोबरच परकीय विनिमयाचे नियंत्रण करतात.

५) खर्च कपात करणारी धोरणे :

व्यवहारतोलातील तुट ही उत्पन्नापेक्षा खर्च अधिक असल्याचे सूचित करते. ती दुरूस्त करण्यासाठी उत्पन्न व खर्च यात समानता प्रस्थापित करणे आवश्यक ठरते. त्यासाठी खर्चात कपात करणाऱ्या चलनविषयक व राजकोषीय धोरणाचा वापर केला जातो. संकोचकारक चलनविषयक धोरणाच्या आधारे पैशाचा पुरवठा कमी करण्यासाठी व्याज दरात कपात केली जाते. संकोचकारक राजकोषीय धोरण सरकारी खर्चात घट आणि करात वाढ याच्याशी संबंधीत आहे. खर्च व उत्पादनातील घटीमुळे देशांतर्गत किंमत पातळीत घट होते. त्यामुळे निर्यात वाढ व आयात घट होऊन व्यवहारतोलातील तुट कमी होते.

६) जकाती किंवा आयात शुल्क (Tariff or Import Duties) :

जकाती हे राजकोषीय साधन असून त्याचा वापर व्यवहारतोल स्थिती दुरूस्ती करण्यासाठी केला जातो. व्यवहारतोलात तुट असलेला देश आयातीवरील जकात निर्बंधाद्वारे त्यात समतोल साधण्याचा प्रयत्न करतो.

आयात शुल्क आकारणीमुळे आयात वस्तूच्या किंमतीत वाढ होते. त्यामुळे आयात वस्तूच्या मागणीत घट होते. आयातीवरील नियंत्रण व्यवहारतोल स्थिती सुधारण्यास मदत करते.

७) आयात कोटा (Import Quotas) :

आयात कोटा ठरविणे हे प्रतिकुल व्यवहारतोल दुरूस्त करण्याचे आणखी एक आणि अतिशय चांगले साधन आहे. दिलेल्या कालखंडात आयात करावयाच्या वस्तूचे कमाल परिमाण किंवा मूल्य सरकार निश्चित करते. कोटा पध्दतीद्वारे आयातीवर निर्बंध घालून व्यवहारतोलातील तूट कमी केली जाते किंवा पूर्णपणे संपुष्टात आणली जाते. आयात कोटा ही व्यवहारतोलातील असमतोल दुरूस्त करण्याची प्रत्यक्ष पध्दती असून ती आयात शुल्कापेक्षा चांगली असल्याचे मानले जाते.

८) निर्यात प्रोत्साहन (Export Promotion) :

व्यवहारतोलातील असमतोल दुरूस्त करण्यासाठी निर्यात वाढ घडवून आणणे आवश्यक असते. त्यासाठी सरकार निर्यात प्रोत्साहन कार्यक्रम राबवू शकते. निर्यात प्रोत्साहन कार्यक्रमात अर्थसहाय्य, निर्यातदारांना करात सवलत, विपणन सुविधा, नियातीसाठी प्रेरणा, मध्यवर्ती बँकेच्या पतविषयक धोरणात निर्यात क्षेत्रांना कर्ज प्राधान्यता वगैरेंचा समावेश होतो. आयात कायम राहून निर्यातीत वाढ झाल्यास व्यवहारतोलातील तूट कमी होते.

९) आयात पर्यायीकरण :

देशात आयात केल्या जाणाऱ्या वस्तूंना पर्यायी स्वरूपाच्या वस्तू देशात उत्पादित करणे हे ही व्यवहारतोलातील असमतोल दुरूस्त करण्याचे एक साधन आहे. निर्यात कमी व आयात जास्त असल्याने व्यवहारतोलात तुट निर्माण होते तेव्हा आयात पर्यायीकरणाद्वारे अशी तूट कमी करता येते. सरकार आयातीला पर्यायी स्वरूपाच्या वस्तू देशात उत्पादीत करण्यासाठी अशा वस्तूंचे उत्पादन करणाऱ्या उद्योगांना प्रोत्साहन देते.

१०) भांडवल हालचालीद्वारे समायोजन (Adjustment through Capital Movements) :

व्यवहार समतोलातील तुट दुरूस्त करण्यासाठी देश भांडवलाची आयात करू शकतो. भांडवलाच्या अंतर्वेशी प्रवाहाद्वारे तुट भरून काढली जाते. जर भांडवल देशादेशात पूर्ण गतीशील असेल तर देशांतर्गत व्याज दरात अल्प प्रमाणात वाढ झाली असता त्यामुळे मोठया प्रमाणात भांडवल देशात येते. जागतिक दरापेक्षा देशांतर्गत व्याज दर उच्च असेल तर भांडवल देशात येऊन व्यवहारतोलातील तूट दुरूस्त होईल.

व्यवहारतोलातील असमतोल हा केवळ व्यवहारतोलातील तुटीच्या स्वरूपातील नसतो तर व्यवहारतोलात वाढावाही निर्माण होऊ शकतो. त्यामुळे सहाजिकच व्यवहारतोलातील असमतोल दुरूस्त करण्याच्या उपायात व्यवहारतोलातील तुट किंवा वाढावा नाहीसा करण्यासाठीच्या उपयांचा समावेश होतो. व्यवहारतोलातील तुट ही वाढाण्याच्या तूलनेत गंभीर समस्या आहे. व्यवहारतोलातील वाढावा दुरूस्त करण्यासाठी उपाययोजना करणे सोपे असते उदा.निर्यातीच्या तूलनेत आयात कमी असेल तर अशावेळी आयातीत वाढ करून वाढावा दुरूस्त करता येतो. निर्यात वाढीच्या तूलनेत आयात वाढ करणे सोपे असते.

१.५ अंतर्गत आणि बाह्य संतुलनासाठी धोरणे : स्थिर आणि बदलत्या विनिमय दराच्या परिस्थितीत राजकोषीय आणि चलनविषयक धोरणे (Policies for Internal and External Balance-Fiscal and Monetary Policies Under Fixed and Floating Exchange Rates)

अंतर्गत संतुलन म्हणजे अशी परिस्थिती की ज्यात अर्थव्यवस्थेतील व्यवहारांची पातळी चलनवाढीच्या स्थिर दराशी सुसंगत असते. उच्च व्यवहार पातळीला चलनवाढ वाढण्याची प्रवृत्ती असते आणि खालच्या स्तरावर बेकारी अनावश्यकपणे जास्त असते. अंतर्गत संतुलन राखणे हे आर्थिक धोरणाचे एक उद्दिष्ट आहे. बाह्य संतुलन म्हणजे व्यवहारातोलात समतोल साधणे होय. अंतर्गत संतुलन म्हणजे किंमत स्थैर्यासह पूर्ण रोजगार साध्य करणे होय. सामान्यतः देश पूर्ण रोजगार पातळी आणि किंमत स्थैर्य राखून अंतर्गत संतुलन राखण्यासाठी प्राधान्य देतो. परंतु जेव्हा एखाद्या देशाच्या व्यवहरतोलामध्ये सतत मूलभूत किंवा संरचनात्मक तूट दिसून येते तेव्हा संबंधित देशाने अंतर्गत संतुलन राखण्यापासून बाह्य संतुलन राखण्याकडे आपले प्राधान्य बदलले पाहिजे.

१.५.१ स्थिर विनिमय दराच्या परिस्थितीत राजकोषीय आणि चलनविषयक धोरण (Fiscal and Monetary Policies Under Fixed Exchange Rate)

एखाद्या देशाने स्थिर विनिमय दर धोरण स्वीकारल्यास, विनिमय दर हे चलनविषयक धोरणाचे लक्ष्य असते. चलनविषयक धोरण एकाच वेळी चलनवाढीचे लक्ष्य किंवा उत्पादन लक्ष्याचा पाठपुरावा करू शकत नाही कारण ते विनिमय दर लक्ष्याचा पाठपुरावा करते. तसेच ते स्वतंत्रपणे व्याज दर किंवा पैशाचा पुरवठा वाढीचा दर ठरवू शकत नाही.

स्थिर विनिमय दरासह, जेव्हा भांडवल गतिशीलता जास्त असते तेव्हा विनिमय दर राखण्यासाठी आवश्यकतेनुसार व्याज दर ठेवले पाहिजेत. आंतरराष्ट्रीय भांडवलाची गतिशीलता जितकी जास्त असेल तितकी स्वतंत्र चलनविषयक धोरणाची संधी किंवा व्याप्ती कमी असेल. जेव्हा आपण म्हणतो की स्थिर विनिमय दर चलनविषयक धोरण सार्वभौमत्व नष्ट करतात तेव्हा आपल्याला हेच म्हणायचे असते. मध्यवर्ती बँक स्वतंत्र चलनविषयक धोरणाचे अनुसरण करू शकत नाही.

स्थिर विनिमय दर आणि पूर्ण भांडवल गतिशीलता चलनविषयक धोरणाची व्याप्ती कमी करते, परंतु राजकोषीय धोरणाची परिणामकारकता टिकवून ठेवते. बंदिस्त अर्थव्यवस्थेत, अल्पकाळात, राजकोषीय विस्तार उत्पादनात वाढ करतो. धोरणात्मक साधन म्हणून व्याज दरासह चलनविषयक धोरणाच्या नियमांतर्गत, जोपर्यंत उत्पादन संभाव्य उत्पादनापेक्षा कमी आहे, तोपर्यंत मध्यवर्ती बँक व्याज दर टिकवून ठेवून (maintaining) आणि उत्पादन विस्तारत असताना पैशाचा पुरवठा वाढवून उत्पादन वाढीस मदत करते. मात्र, संभाव्य उत्पादनाच्या बरोबरीने किंवा त्याहून अधिक उत्पादनाला, मध्यवर्ती बँका राजकोषीय विस्ताराचा प्रभाव कमी करण्यासाठी व्याज दर वाढवते.

स्थिर विनिमय दरांसह खुल्या अर्थव्यवस्थेत, चलनविषयक धोरण विनिमय दराचा बचाव करण्यास व्याज दर स्थिर ठेवण्यासाठी निष्क्रियपणे समायोजित करते (Adjusts passively). राजकोषीय धोरणाला समर्थन देण्यासाठी किंवा राजकोषीय धोरणाचा प्रभाव कमी करण्यासाठी व्याज दर बदलत नाहीत. त्यामुळे, संभाव्य उत्पादन पुनर्संचयित (restore) करण्यात मदत करण्यासाठी देशांतर्गत मागणीतील कोणतीही घसरण वित्तीय विस्ताराद्वारे भरपाई केली जाऊ शकते. देशांतर्गत मागणीतील बदल हेच चालू खात्यातील शेष समतोलापासून दूर जाण्याचे एकमेव कारण असल्यास, या राजकोषीय विस्तारामुळे चालू खात्यातील शेष देखील पुनर्संचयित होईल. व्याज दर स्थिर ठेवण्यासाठी चलनविषयक धोरण निष्क्रियपणे समायोजित करते.

राजकोषीय धोरण हे स्थिर विनिमय दरांच्या अंतर्गत संभाव्य महत्त्वपूर्ण स्थिरीकरण धोरण आहे. हे यापुढे चलनविषयक धोरण वापरता येणार नाही या वस्तुस्थितीची भरपाई करण्यास मदत करते. अंतर्रचित राजकोषीय स्थिरके ही भूमिका बजावतात. राजकोषीय धोरण तात्पुरत्या धक्क्यांवर त्वरीत प्रतिक्रिया देऊ शकत असेल तरच सरकारी खर्च किंवा करांमधील स्वेच्छाधीन बदल उपयुक्त आहेत. प्रदीर्घ मंदीच्या काळात, स्वेच्छाधीन राजकोषीय धोरण संभाव्य उत्पादनावर परत येण्यासाठी महत्त्वाचे योगदान देऊ शकते, जर ते उच्च सार्वजनिक कर्ज गुणोत्तरांमुळे मर्यादित नसेल. व्याज दर विनिमय दराशी जोडले गेल्याने, वित्तीय विस्तारासाठी वित्तपुरवठा केल्याने खासगी क्षेत्रातील खर्च कमी करण्यासाठी दर वाढू शकत नाहीत; किंवा अर्थव्यवस्थेच्या पुनर्प्राप्तीचा परिणाम वाढत्या दरांमध्ये होत नाही. राजकोषीय धोरण हे एकमेव प्रभावी देशांतर्गत मागणी व्यवस्थापन साधन उपलब्ध आहे.

१.५.२ लवचिक विनिमय दराच्या परिस्थितीत राजकोषीय आणि चलनविषयक धोरण (Fiscal and Monetary Policies Under Floating Exchange Rates)

मंद वेतन आणि किमती समायोजनासह बंदिस्त अर्थव्यवस्थेमध्ये, अल्प काळात एकूण मागणी व्यवस्थापनासाठी चलनविषयक धोरण आणि राजकोषीय धोरण ही दोन्ही महत्त्वाची साधने आहेत. उच्च आंतरराष्ट्रीय भांडवल गतिशीलता असलेल्या खुल्या अर्थव्यवस्थांमध्ये गोष्टी भिन्न आहेत. लवचिक विनिमय दरांसह चलनविषयक धोरण एकूण मागणी बदलण्यासाठी शक्तिशाली आहे. हे प्रेषण यंत्रणेमधील (transmission mechanism) व्याज दर आणि विनिमय दर दुव्यांद्वारे (linkages) कार्य करते, केवळ बंदिस्त अर्थव्यवस्थेच्या व्याज दर दुव्याद्वारे नाही. याउलट, एकूण मागणीवर राजकोषीय धोरणाचा परिणाम कमी होतो.

एकूण मागणी व्यवस्थापन साधन म्हणून धोरण परिणामकारकतेसाठी स्थिर विनिमय दरांचा विरुद्ध परिणाम होतो. राजकोषीय धोरणाचे परिणाम चलनविषयक परिस्थितीत प्रेरित बदलांमुळे वाढवले जातात, परंतु केवळ चलनविषयक धोरण एकूण मागणी बदलण्यास जवळजवळ असमर्थ आहे. परिणामी, खुल्या अर्थव्यवस्थेतील समग्रलक्षी आर्थिक धोरणाच्या रचनेतील पहिली महत्त्वाची पायरी म्हणजे विनिमय दर व्यवस्था निवडणे होय.

लवचिक विनिमय दरांसह, चलनविषयक धोरणामुळे व्याज दर आणि विनिमय दर या दोन्हीमध्ये बदल होतात. जेव्हा विनिमय दर लवचिक असतात तेव्हा निव्वळ आंतरराष्ट्रीय भांडवलाचा प्रवाह विनिमय दर आणि देशांतर्गत व्याज दरांमधील बदलांना जोडतो. दीर्घकाळातील अपेक्षित विनिमय दर लक्षात घेता, अल्प ते मध्यम कालावधीत उच्च व्याज दरामुळे भांडवलाचा प्रवाह वाढतो, परकीय चलन बाजारात परकीय चलनाचा पुरवठा वाढतो, ज्यामुळे विनिमय दर कमी होतो.

याउलट, आंतरराष्ट्रीय दरांच्या तुलनेत कमी देशांतर्गत व्याज दरामुळे विनिमय दरात वाढ होते. परिणामी, चालू चलनविषयक धोरण आणि अपेक्षित भविष्यातील चलनविषयक धोरणांचा नाममात्र (nominal) विनिमय दर व देशांतर्गत अर्थव्यवस्थेच्या आंतरराष्ट्रीय स्पर्धात्मकतेवर आणि एकूण मागणीवर जोरदार प्रभाव पडतो. सध्याच्या व्याज दरात थोड्या काळासाठी बदल केल्याने फक्त अल्प विनिमय दर परिणाम होतील. तथापि, कायम कालावधीसाठी चलनविषयक धोरणातील विश्वासार्ह बदल चालू विनिमय दरांमध्ये मोठ्या प्रमाणात आणि सतत बदल घडवून आणेल, जो चलनविषयक प्रसारण यंत्रणेतील एक महत्त्वाचा घटक आहे. वास्तविक अर्थव्यवस्थेवर याचा अल्पकालीन परिणाम होऊ शकतो.

परिणामी, लवचिक विनिमय दरांसह खुल्या अर्थव्यवस्थेत, चलनविषयक धोरण एकूण मागणीवर परिणाम करते, केवळ उपभोग आणि गुंतवणुकीवरील व्याज दरांच्या परिणामाच्या माध्यमातून नाही. बदलणारे व्याज दर, विनिमय

दर बदलून, निर्यात आणि आयातीची आंतरराष्ट्रीय स्पर्धात्मकता देखील बदलून टाकतात. निव्वळ निर्यात देशांतर्गत खर्चाप्रमाणेच बदलते, एकूण मागणीवर व्याजातील बदलांचा प्रभाव वाढतो. अल्प व्याज दर देशांतर्गत खर्चाला चालना देतात, विनिमय दर वाढवतात आणि निव्वळ निर्यात वाढवतात. उच्च व्याज दर देशांतर्गत खर्च कमी करतात, विनिमय दर कमी करतात आणि निव्वळ निर्यात कमी करतात. खर्चाच्या देशांतर्गत आणि आंतरराष्ट्रीय दोन्ही घटकांच्या दुव्यांसह, बंदिस्त अर्थव्यवस्थेच्या तुलनेत आर्थिक धोरण लवचिक विनिमय दरांखाली अधिक शक्तिशाली आहे. चलनविषयक धोरणाच्या स्वातंत्र्यासाठी आणि लक्ष्याचा पाठपुरावा करण्यासाठी आवश्यक शक्तिसाठी लवचिक विनिमय दर धोरण आवश्यक आहे.

लवचिक विनिमय दरांसह, परंतु चलनविषयक धोरणाच्या आधाराशिवाय, व्याज दरातील बदलाचा विनिमय दर आणि स्पर्धात्मकतेवरील परिणाम एकूण मागणी व्यवस्थापित करण्यासाठी राजकोषीय धोरणाची शक्ती कमी करतो. समजा, सरकारने, सरकारी खर्च वाढवणे किंवा कर कमी करणे किंवा या दोन्हीच्या काही संयोगाने (combination) राजकोषीय विस्तार हाती घेतला तर एकूण मागणी वाढते. जेव्हा चलनविषयक धोरण व्याज दर नियम किंवा पैशाच्या पुरवठा नियमावर आधारित चलनवाढीचा दर लक्ष्यित करते, तेव्हा राजकोषीय धोरणामुळे एकूण मागणी मधील विस्तारामुळे मध्यवर्ती बँकेचे धोरण ज्या आर्थिक मूलभूत तत्त्वांवर निश्चित केले गेले होते त्यात बदल होतो आणि बँकेला व्याज दर वाढवण्यास प्रवृत्त करते. उच्च व्याज दरांमुळे परकीय चलन बाजारात निव्वळ भांडवलाचा प्रवाह आणि परकीय चलनाचा पुरवठा वाढतो आणि नाममात्र विनिमय दर घसरतो. नाममात्र परकीय विनिमय दरात घट झाल्याने वास्तविक विनिमय दर कमी होतो. आंतरराष्ट्रीय किमतीची स्पर्धात्मकता (वास्तविक विनिमय दरानुसार मोजली जाते) कमी होते आणि निव्वळ निर्यात घसरते, ज्यामुळे राजकोषीय धोरणातील बदलाच्या विस्तारित परिणामांची भरपाई होते. लवचिक विनिमय दरांसह चलनवाढीच्या दरासाठी लक्ष्यित चलनविषयक धोरण एकूण मागणी व्यवस्थापनासाठी एक साधन म्हणून राजकोषीय धोरणावर वर्चस्व गाजवते. कर्जाचे प्रमाण नियंत्रित करणे किंवा कमी करणे हे राजकोषीय धोरणाचे प्रमुख लक्ष्य असल्यास, लवचिक विनिमय दर उपयुक्त ठरतो.

लवचिक विनिमय दर मध्यम मुदतीच्या चलनवाढ लक्ष्यावर केंद्रित परिणामकारक चलनविषयक धोरणासाठी चौकट प्रदान करतात. विनिमय दर व्यवस्था व्यापार चक्रातील चढउतार आणि त्यातून निर्माण होणारे उत्पादन अंतर सौम्य करण्यासाठी चलनविषयक धोरणाची शक्ती वाढवते. अर्थव्यवस्थेला संभाव्य उत्पादनावर किंवा त्याच्या जवळ स्थिर केल्याने चलनवाढीचा दर चलनविषयक धोरणाच्या लक्ष्यापासून दूर जाणारा संचयी चलनवाढ किंवा मंदीचा दबाव टाळतो. चलनविषयक धोरण हे एकूण मागणी व्यवस्थापनाचे साधन आहे. जेव्हा विनिमय दर लवचिक असतात तेव्हा राजकोषीय धोरण हे एकूण मागणी व्यवस्थापनाचे प्रभावी साधन नसते.

१.६ १९९१ मधील भारतीय रुपयाचे अवमूल्यन: गरज आणि परिणाम (Devaluation of Indian Rupee in 1991: Need and Effects) :

१९९१ मध्ये, भारत एका गंभीर आर्थिक संकटात सापडला कारण देश त्याच्या आयातीची आणि बाह्य कर्जाची जबाबदारी पूर्ण करण्याच्या स्थितीत नव्हता. पुन्हा, भारत कसूरच्या (default) मार्गावर होता, ज्यामुळे देशाची अर्थव्यवस्था खुली करणाऱ्या अत्यंत आवश्यक सुधारणांची गरज होती. संकट दूर ठेवण्यासाठी, भारतीय रिझर्व्ह बँकेने अनुक्रमे ९ टक्के आणि ११ टक्के–दोन तीव्र टप्प्यांमध्ये रुपयाचे अवमूल्यन केले.

भारतात परकीय चलन साठ्यातील तीव्र घट रोखण्यासाठी, गुंतवणूकदारांमध्ये आत्मविश्वास निर्माण करण्यासाठी आणि स्पर्धात्मकता सुधारण्यासाठी १९९१ मध्ये अवमुल्यनाची गरज निर्माण झाली. १९९१ मध्ये भारताने रुपयाचे जे अवमूल्यन केले त्याची गरज किंवा कारणे पुढे स्पष्ट केली आहेत.

१) उच्च राजकोषीय तूट :

उच्च राजकोषीय तूट ही चलनाच्या अवमूल्यनाचे मुख्य कारण मानले जाते. राजकोषीय तूट म्हणजे सरकारी उत्पन्न आणि खर्च यातील फरक. सरकारचा खर्च उत्पन्नपेक्षा जास्त होता. त्यामुळे राजकोषीय तूट जास्त होती. उच्च राजकोषीय तूट असल्यास सरकार तुट वित्तपुरवठा करण्यासाठी परकीय राखीव निधी वापरू शकते. त्यामुळे साठा कमी झाला. राजकोषीय तूट जास्त असल्यामुळे सरकारचे अंतर्गत कर्ज वाढले. या समस्येने सरकारला आपल्या चलनाचे अवमूल्यन करण्यास प्रोत्साहित केले.

२) चालू खात्यातील तूट :

ही देशातील आयात आणि निर्यात यातील फरक आहे. उत्पन्न आणि खर्चामधील ही तफावत रुपयाच्या मूल्यावर खाली येणारा दबाव (downward pressure) ठेवते. देश निर्यातीपेक्षा जास्त आयात करत होता. त्यामुळे चालू खात्यातील तूट जास्त होती. आखाती युद्धामुळे कच्च्या तेलाच्या किमती वाढल्याने चालू खात्यातील तूट वाढली. यामुळे भारताचा परकीय चलन साठा मोठ्या प्रमाणात कमी झाला.

३) व्यापार तूट :

१९५० पासून भारताला प्रचंड व्यापार तुटीची समस्या भेडसावत आहे. त्यामुळे भारताने १९६६ मध्ये आपल्या चलनाचे अवमूल्यन केले. परंतु १९९० मध्ये पुन्हा व्यापार तूट वाढली. या तुटीमुळे १९९१ मध्ये भारताने पुन्हा आपल्या चलनाचे अवमूल्यन केले.

४) वाढती आयात :

भारताची आयात वाढत होती. मात्र, त्या तुलनेत निर्यातीत वाढ होत नव्हती. त्यामुळे निर्यात वाढवण्यासाठी आणि आयात कमी करण्यासाठी भारत सरकारला आपल्या चलनाचे अवमूल्यन करण्याची आवश्यकता वाटली.

५) परकीय चलन साठ्यात घट :

जून १९९१ मध्ये, भारताकडे केवळ तीन आठवड्यांच्या कालावधीसाठीची आयात आवश्यकता पूर्ण करण्याएवढा कमी परकीय चलन साठा होता. जगासोबत व्यवसाय करण्यासाठी भारताकडे पुरेसा परकीय चलन साठा नव्हता.

६) चलनवाढ दरात वाढ :

या काळात देशातील वस्तूंच्या किमतीत मोठ्या प्रमाणत वाढ होऊन चलनवाढ दरात मोठी वाढ झाली होती.

अवमूल्यनाचे अर्थव्यवस्थेवरील परिणाम :

अवमूल्यनाचे अर्थव्यवस्थेवरील परिणाम पुढीलप्रमाणे आहेत.

१) निर्यात स्वस्त :

चलनाचे अवमूल्यन केल्याने निर्यात अधिक स्पर्धात्मक आणि परकीयांसाठी स्वस्त झाली. त्यामुळे निर्यात वाढीस चालना मिळाली.

२) आयात महाग :

रुपयाच्या अवमूल्यनामुळे पेट्रोल, अन्न आणि कच्चा माल यांच्या किमतीत वाढ झाली. त्यामुळे आयातीची मागणी कमी होण्यास मदत झाली.

३) चालू खात्यात सुधारणा :

चालू खात्यातील तूट म्हणजे निर्यात आणि आयात यांच्यातील फरक होय. अवमूल्यनामुळे आयात कमी होऊन निर्यात वाढल्यामुळे चालू खात्यातील तूट कमी झाली.

४) सामान्य माणसावर परिणाम :

चलनाच्या अवमूल्यनामुळे सामान्य माणसावर जास्त बोजा पडला. उदाहरणार्थ इंधनाच्या किमती, आयात केलेल्या वस्तू आणि परदेशातील विद्यापीठांचे शुल्क इत्यादीत वाढ झाली. सहली महाग झाल्या.

५) पायाभूत सुविधांवर परिणाम :

रुपयाच्या अवमूल्यनाचा पायाभूत सुविधा क्षेत्रावर नकारात्मक परिणाम झाला. पोलाद, सिमेंट यांसारख्या कच्च्या मालाच्या किंमती आणि बांधकाम उपकरणांच्या किंमतीत वाढ होऊन प्रकल्पांच्या खर्चात वाढ झाली.

६) शेतीवर परिणाम :

रुपयाच्या अवमूल्यनाचा शेतीवर सकारात्मक परिणाम झाला. भारत हा जगातील मोठा गहू उत्पादक देश आहे. त्यामुळे रुपयाचे मूल्य घसरल्याने भारतीय गहू निर्यातदारांचा नफा वाढला आणि त्याचप्रमाणे साखर, तांदूळ, कापूस आणि खाद्यतेल इत्यादींच्या निर्यातीत वाढ झाली.

७) विदेशी गुंतवणूकदारांवर परिणाम :

चलनाचे अवमूल्यन केल्याने परकीय गुंतवणूकदारांना तोटा सहन करावा लागला.

८) आर्थिक वृद्धीवर परिणाम :

रुपयाचे अवमूल्यन केवळ अल्पकालीन आर्थिक वृद्धी साध्य करू शकते. परंतु त्याचा दीर्घकालीन आर्थिक वृद्धीवर नकारात्मक परिणाम होतो. अवमूल्यनामुळे आंतरराष्ट्रीय आणि देशांतर्गत गुंतवणूकदारांचा विश्वास कमी होऊन गुंतवणूक कमी झाल्यामुळे दीर्घकालीन आर्थिक वृद्धीवर परिणाम झाला.

९) चलनवाढीवर परिणाम :

अवमूल्यनामुळे, वस्तूंच्या किमती वाढतात कारण आयात महाग होते आणि निर्यात स्वस्त होते. त्यामुळे ज्या वस्तूंसाठी अवमूल्यनापूर्वी कमी पैसे द्यावे लागत होते त्याच वस्तूंसाठी अधिक पैसे द्यावे लागले. या परिस्थितीमुळे चलनवाढ झाली.

१०) परकीय प्रत्यक्ष किंवा थेट गुंतवणुकीवर परिणाम :

चलनाचे अवमूल्यन झाल्यानंतर प्रत्यक्ष किंवा थेट परकीय गुंतवणुकीचा ओघ वाढतो. १९९१ मध्ये रुपयाचे अवमूल्यन केल्यानंतर थेट परकीय गुंतवणुकीचा ओघ वाढला.

* * *

प्रश्न

प्र. १. खालील प्रश्नांची वीस शब्दात उत्तरे लिहा.

१) व्यापारतोल म्हणजे काय ?

२) व्यवहारतोल म्हणजे कोणते ?

३) व्यवहारतोलाचे घटक कोणते ?

४) व्यापारतोल आणि व्यवहारतोल यातील फरकाचे दोन मुद्दे लिहा.

५) व्यवहारतोलाच्या चालू खात्यात कोणत्या बाबींचा समावेश होतो ?

६) व्यवहारतोलाच्या भांडवली खात्यात कोणत्या बाबींचा समावेश होतो ?

७) अवमूल्यन म्हणजे काय ?

प्र. २. खालील प्रश्नांची सविस्तर उत्तरे लिहा.

१) व्यापारतोल आणि व्यवहारतोल या संकल्पना आणि त्यातील फरक स्पष्ट करा.

२) व्यवहारतोलाची रचना व घटक स्पष्ट करा.

३) व्यवहारतोलाचे महत्त्व स्पष्ट करा.

४) व्यवहारतोलातील असमतोलाची कारणे स्पष्ट करा.

५) व्यवहारतोलातील असमतोल दुरुस्तीचे स्वयंचलित व जाणीवपूर्वक उपाय स्पष्ट करा.

६) अंतर्गत आणि बाह्य समतोलासाठीची धोरणे स्पष्ट करा.

७) १९९१ मधील भारतीय रुपयाच्या अवमूल्यनाची गरज आणि परिणाम स्पष्ट करा.

* * *

प्रकरण २

परकीय विनिमय
(Foreign Exchange)

२.१ परकीय चलन बाजाराचे घटक– खरेदीशक्तीचे हस्तांतरण, कर्जाची तरतूद, बचाव सुविधांची तरतूद

२.२ परकीय चलन बाजारातील व्यवहार– पर्याय, वायदा, भावी, आणि अदलाबदल, मूल्यांतर पणनची संकल्पना, बचाव आणि सट्टा; आंतरराष्ट्रीय बाजारपेठेतील जोखमीचे प्रकार

२.३ विनिमय दाराची निश्चिती–खरेदीशक्ती समानता सिद्धांत, व्यवहारतोल सिद्धांत, चलनविषयक प्रतिमान

२.४ विनिमय नियंत्रणाची उद्दिष्टे आणि विनिमय नियंत्रणाच्या पद्धती

२.० प्रास्ताविक (Introduction) :

अलीकडील काळात जगातील विविध देशांतील वस्तू व सेवांच्या देवाण–घेवाणीत वाढ होऊन आंतरराष्ट्रीय व्यापार वाढला आहे. आंतरराष्ट्रीय व्यापाराच्या माध्यमातून होणाऱ्या आयात–निर्यातीच्या व्यवहारात सहभागी होणाऱ्या घटकांना परकीय चलनाची आवश्यकता असते. अशी चलनाची उपलब्धता परकीय चलन बाजाराच्या माध्यमातून होते. परकीय चलन बाजाराचे महत्त्व जागतिकीकरणाच्या स्थितीत मोठ्या प्रमाणात वाढलेले आहे. परकीय चलन बाजारात मध्यवर्ती बँक, व्यापारी बँका, परकीय चलनाचे व्यवहार करणारे दलाल, परकीय चलनाचे ग्राहक वगैरेंचा समावेश होतो. परकीय चलन बाजारात परकीय चलनाच्या खरेदी–विक्रीचे व्यवहार होतात. प्रस्तुत प्रकरणात परकीय चलन बाजाराचे घटक, परकीय चलन बाजारातील व्यवहार, विनिमय दाराची निश्चिती आणि विनिमय नियंत्रणाची उद्दिष्टे व विनिमय नियंत्रणाच्या पद्धती याविषयी स्पष्टीकरण दिले आहे.

२.१ परकीय चलन बाजाराचे घटक–खरेदीशक्तीचे हस्तांतरण, कर्जाची तरतूद, बचाव सुविधांची तरतूद (Components of Foreign Exchange Market-Transfer of Purchasing Power, Provision of Credit, Provision of Hedging Facilities) :

परकीय चलन बाजाराचे घटक–खरेदीशक्तीचे हस्तांतरण, कर्जाची तरतूद, बचाव सुविधांची तरतूद याविषयी स्पष्टीकरण पुढे दिले आहे.

जगातील विविध देशात नैसर्गिक साधनसामग्री, भौगोलिक स्थिती आणि उत्पादनासाठी आवश्यक असलेल्या घटकांच्या बाबतीत फरक आढळतो. जगातील कोणताच देश त्याला आवश्यक असलेल्या सर्वच वस्तू व सेवांचे उत्पादन करू शकत नाही. त्यामुळे जगातील वेगवेगळ्या देशांत वस्तू व सेवांची देवाण–घेवाण सातत्याने चालू

असते. आयात-निर्यातीच्या व्यवहारात सहभागी झालेले देश काही वस्तूंची आयात करतात, तर काही वस्तूंची निर्यात करतात. असे व्यवहार करण्यासाठी परकीय चलनाची आवश्यकता भासते कारण त्याशिवाय असे व्यवहार शक्य होत नाहीत. परकीय चलन बाजाराचा अर्थ स्पष्ट करताना परकीय चलन किंवा विनिमयाचा अर्थ समजून घेणे गरजेचे आहे.

परकीय विनिमय (Foreign Exchange) :

जगातील विविध देशात असलेली चलने वेगवेगळी आहेत. विशिष्ट देशांतील चलनाचा वापर त्या देशातील वस्तू व सेवांच्या खरेदीसाठी केला जातो. मात्र, विशिष्ट देशातील चलनाच्या आधारे त्या देशाव्यतिरिक्त इतर देशात वस्तूंची खरेदी करता येत नाही. याचे कारण विशिष्ट देशांच्या चलनाच्या अंगी असलेली क्रयशक्ती किंवा खरेदी शक्ती ही त्या देशापुरतीच मर्यादित असते. क्रयशक्ती म्हणजे वस्तू व सेवा खरेदी करण्याची शक्ती होय. विशिष्ट चलनाची क्रयशक्ती म्हणजे त्या चलनाच्या अंगी असलेली वस्तू व सेवा खरेदी करण्याची शक्ती होय.

विशिष्ट चलनाची क्रयशक्ती ही त्या देशापुरतीच मर्यादित असते. उदा.अमेरिकेचे चलन हे डॉलर असून, डॉलरमध्ये अमेरिकेत वस्तू खरेदी करण्याची शक्ती आहे. भारतातील रुपयाच्या साहाय्याने भारतात वस्तू व सेवा खरेदी करता येतात. अशा प्रकारे इंग्लंडमध्ये पौंड, रशियात रुबल, जपानमध्ये येन, फ्रान्समध्ये फ्रँक अशी वेगवेगळ्या देशांत वेगवेगळी चलने असून, त्यांच्या साहाय्याने फक्त त्या-त्या देशात वस्तू व सेवांची खरेदी करता येते. भारतातील रुपयाच्या साहाय्याने अमेरिका किंवा जपान किंवा ऑस्ट्रेलिया या देशांत वस्तू खरेदी करता येत नाहीत. भारतीयांना अमेरिकेत वस्तू व सेवा खरेदी करण्यासाठी डॉलर मिळवावे लागतात. अशा प्रकारे विविध देशांकडून वस्तूंची आयात करताना त्या त्या देशातील चलनाची म्हणजेच परकीय चलनाची गरज भासते. परकीय चलन म्हणजे आपल्या देशाव्यतिरिक्त इतर देशांचे चलन होय. भारताच्या दृष्टीने डॉलर, पौंड, रुबल, फ्रँक, येन ही सर्व परकीय चलने आहेत.

परकीय चलन उपलब्ध होण्यासाठी एका चलनाची दुसऱ्या चलनाबरोबर अदलाबदल करण्याची गरज असते. आपल्या देशाचे चलन देऊन दुसऱ्या देशाचे म्हणजे परकीय चलन मिळविले जाते. अशा प्रकारे परकीय चलन मिळविण्यासाठी चलना चलनातील देवाण-घेवाण किंवा विनिमय आवश्यक ठरतो. डॉ.पॉल एन्झिंग (Dr. Paul Einzing) यांनी परकीय विनिमयाची व्याख्या पुढीलप्रमाणे दिली आहे.

''एका देशातील चलनाचे दुसऱ्या देशातील चलनात रूपांतर करण्याची आणि चलनाच्या मालकीचे एका देशाकडून दुसऱ्या देशाकडे हस्तांतर करण्याची व्यवस्था म्हणजे परकीय विनिमय होय.''

परकीय चलनाच्या खरेदी व विक्रीची व्यवस्था व यंत्रणा उपलब्ध असल्याशिवाय आंतरराष्ट्रीय व्यापार आणि गुंतवणूक शक्य होत नाही. रुपया हे आंतरराष्ट्रीय पातळीवरील विनिमयाचे साधन नाही. त्यामुळे इतर देशांकडून वस्तूंची आयात करण्यासाठी आपल्याला रुपया व इतर देशांची चलने यांची अदलाबदल करावी लागते. खुल्या अर्थव्यवस्थेतील आंतरराष्ट्रीय व्यवहारासाठी परकीय चलन बाजाराची आवश्यकता असते. परकीय चलन बाजार दोन देशांतील चलनांची अदलाबदल किंवा विनिमय करण्यासाठी आवश्यक असलेली व्यवस्था किंवा यंत्रणा उपलब्ध करून देतो. यादृष्टीने विचार करता परकीय चलन बाजाराचा अर्थ पुढीलप्रमाणे देता येईल.

''परकीय चलन बाजार म्हणजे अशी व्यवस्था किंवा यंत्रणा की, ज्याद्वारे एका देशाच्या चलनाचे रूपांतर दुसऱ्या देशाच्या चलनात करता येते.''

परकीय चलन बाजारात एका देशाचे चलन देऊन दुसऱ्या देशाचे चलन मिळविले जाते.त्यातून चलनाच्या खरेदी-विक्रीचे व्यवहार होतात. हे व्यवहार परकीय चलन बाजारात होत असल्याने या बाजाराचा अर्थ पुढीलप्रमाणेही देता येईल.

''परकीय चलन बाजार म्हणजे असा बाजार की, ज्यात विविध चलनांची खरेदी-विक्री केली जाते.''

परकीय चलन बाजार हा एका देशाच्या चलनाची दुसऱ्या देशाच्या चलनाबरोबर अदलाबदल करण्यासाठीची चौकट पुरविण्याचे कार्य करतो. परकीय चलन बाजार म्हणजे एका राष्ट्राच्या चलनाचा दुसऱ्याबरोबर विनिमय करण्यासाठीची चौकट होय. (The framework for the exchange of one national currency for another) परकीय चलन बाजार अनेक प्रकारची कार्ये करतो. त्याची माहिती पुढीलप्रमाणे देता येईल.

१) खरेदीशक्तीचे स्थानांतरण :

निधीचे किंवा खरेदीशक्तीचे एका देशाकडून दुसऱ्या देशाकडे किंवा एका चलनातून दुसऱ्या चलनात स्थानांतरण करण्याचे कार्य परकीय चलन बाजार करतो. परकीय चलन बाजारात एका चलनाचे दुसऱ्या चलनात रूपांतर होते. त्याचबरोबर या बाजाराच्या माध्यमातून निधी एका ठिकाणाहून किंवा केंद्राकडून दुसऱ्या ठिकाणी किंवा केंद्राकडे पाठविला जातो. त्यामुळे जगभरातील ज्या-ज्या ठिकाणी किंवा केंद्रात परकीय चलनाच्या खरेदी-विक्रीचे व्यवहार चालतात, त्या सर्व केंद्रात निधीची उपलब्धता होते. परकीय चलन बाजारांद्वारे केले जाणारे आंतरराष्ट्रीय समाशोधन कार्य आंतरराष्ट्रीय व्यापार आणि भांडवली हालचाली सुलभ करण्यात खूप महत्त्वाची भूमिका बजावते.

२) पत पुरवठा (Provision of credit) :

पत पुरवठा हे परकीय चलन बाजाराचे एक कार्य आहे. परकीय चलन बाजारांद्वारे केले जाणारे पत कार्य देखील परकीय व्यापाराच्या वाढीमध्ये खूप महत्त्वाची भूमिका बजावते. याचे कारण आंतरराष्ट्रीय व्यापार मोठ्या प्रमाणात पत सुविधांवर अवलंबून असतो. निर्यातदारांना नौभरणपूर्व (pre shipment) आणि नौभरणोत्तर (post shipment) पत मिळू शकते. आयातदारांसाठीही पत सुविधा उपलब्ध आहे. जेव्हा वस्तू वाटचालीत असतात आणि खरेदीदारांना वस्तूंच्या पुनर्विक्रीस व रक्कम देण्यास वेळ देण्यासाठी स्थूलमानाने पत किंवा कर्जाची आवश्यकता असते. असे कर्ज उपलब्ध करून देण्याचे कार्य परकीय चलन बाजार करतो. त्यामुळे आयात-निर्यातीचे व्यवहार सुरळीतपणे चालण्यास मदत होते.

३) बचाव सुविधांची तरतूद (Provision of Hedging Facilities) :

बचाव सुविधा प्रदान करणे हे परकीय चलन बाजाराचे एक महत्त्वाचे कार्य आहे. बचाव म्हणजे परकीय चलन विनिमयाच्या बाबतीतील धोका टाळणे होय. बचाव म्हणजे परकीय व्यापार जोखीम संरक्षण किंवा कव्हर करणे होय. बचाव निर्यातदार आणि आयातदारांना विनिमय दरातील चढउतारांमुळे होणाऱ्या नुकसानापासून स्वतःचे संरक्षण करण्यासाठी एक यंत्रणा प्रदान करते.

परकीय चलन बाजारातील सहभागी घटक :

परकीय चलन बाजारात विविध देशांच्या चलनाची खरेदी-विक्री होते. परकीय चलन बाजारातील व्यवहारात सहभागी असणाऱ्यात परकीय चलनाची मागणी करणाऱ्या आणि परकीय चलनाचा पुरवठा करणाऱ्या व्यक्ती व संस्थांचा समावेश होतो. परकीय चलन बाजारात सहभागी होणाऱ्या व्यक्ती व संस्थांची माहिती पुढीलप्रमाणे देता येईल.

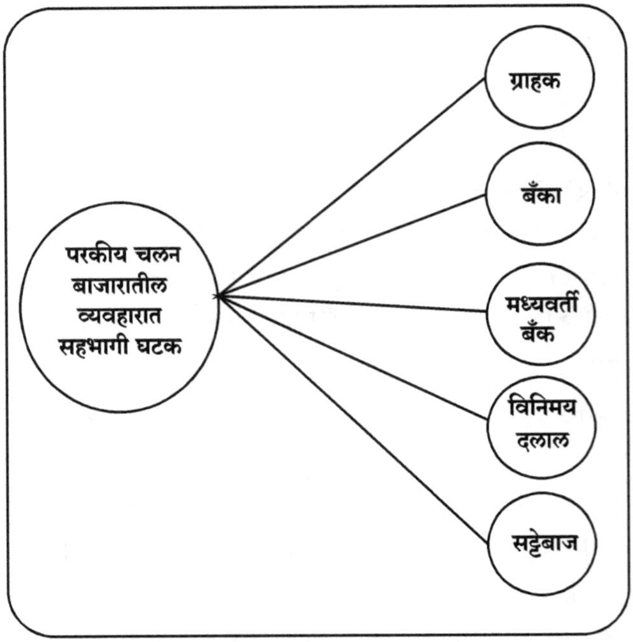

आकृती २.१ : परकीय चलन बाजारातील सहभागी घटक

१) ग्राहक :

परकीय व्यापारात सहभागी होणाऱ्यांचा परकीय चलन बाजारातील व्यवहारात ग्राहक म्हणून सहभाग असतो. परकीय व्यापारात सहभागी होणाऱ्यात आयातदार व निर्यातदार यांचा समावेश असतो. या दोन्ही प्रकारच्या ग्राहकांच्या दृष्टीने परकीय चलन बाजार महत्त्वाचा असतो. निर्यातदार व्यक्ती व संस्थांना वस्तू व सेवांच्या निर्यातीतून मिळालेल्या परकीय चलनाचे रूपांतर स्वदेशी चलनात करावयाचे असते, तर आयात करणाऱ्या व्यक्ती व संस्थांना आयातीसाठी स्वदेशी चलन देऊन परकीय चलन मिळवावे लागते. त्यासाठी परकीय चलन बाजाराची मदत होते. अशा प्रकारे परकीय व्यापारात सहभागी होणाऱ्या व्यक्ती व संस्था परकीय चलन बाजारातील चलनाच्या खरेदी-विक्रीत सहभागी होतात.

२) बँका :

एका चलनाचे दुसऱ्या चलनात रूपांतर करण्याचे कार्य परकीय चलन बाजाराच्या माध्यमातून केले जाते. अशी रूपांतर करण्याची व्यवस्था करण्याचे कार्य बँकाही करतात. विविध देशांच्या चलनाच्या खरेदी-विक्रीच्या व्यवहारात भाग घेणाऱ्या व्यापारी बँकाचा परकीय चलन बाजारात सहभाग असतो. आयातदार आणि निर्यातदार यांच्यातील मध्यस्थ म्हणून कार्य करणाऱ्या व्यापारी बँका या दोन्हीनाही आवश्यक ते चलन उपलब्ध करून देण्याचे कार्य करतात.

३) मध्यवर्ती बँक :

परकीय चलन बाजारातील व्यवहारात मध्यवर्ती बँकेचाही सहभाग असतो. परकीय चलनसाठ्याचा सांभाळ करण्याचे कार्य मध्यवर्ती बँक करते. मध्यवर्ती बँक आपल्या चलनाच्या बाह्यमूल्यात फार मोठ्या प्रमाणात बदल

होणार नाही या दृष्टीने प्रयत्न करते. विनिमय दराचे व्यवस्थापन करून मध्यवर्ती बँक आपल्या देशातील चलनाचे बाह्य मूल्य म्हणजेच इतर देशांच्या चलनात व्यक्त होणारे मूल्य कायम राखण्याचा प्रयत्न करते. त्यासाठी मध्यवर्ती बँकेस शिलकीचे (reserve) व्यवस्थापन करणे आवश्यक ठरते. जगातील वेगवेगळ्या देशांच्या चलनांचे साठे योग्य प्रमाणात राखण्याचे कार्य मध्यवर्ती बँकेला करावे लागते. परकीय चलन बाजारातील मध्यवर्ती बँकेचा सहभाग हा देशातील चलनाचे बाह्य मूल्य स्थिर राखण्याची व्यवस्था करण्यासाठी असतो.

४) विनिमय दलाल :

परकीय चलन बाजारात वेगवेगळ्या देशांच्या चलनाची खरेदी-विक्री होत असते आणि यात विनिमय दलालांची (Exchange Broker) भूमिका महत्त्वाची असते. विनिमय दलालांच्या मार्फत परकीय चलनाची खरेदी-विक्री मोठ्या प्रमाणात केली जाते. विनिमय दलालाच्या मार्फत भारतात आंतरबँक व्यवहार केले जातात. भारतात परकीय चलन बाजारात व्यवहार करण्यासाठी ज्यांना भारतीय रिझर्व्ह बँकेकडून परवाना मिळतो त्यांना अधिकृत विक्रेते (Authorised Dealers) म्हटले जाते. अशा अधिकृत विक्रेत्यांना परकीय चलन बाजारात प्रत्यक्षपणे खरेदी-विक्रीचे व्यवहार करता येत असले तरी असे व्यवहार दलालामार्फतच केले जातात. परकीय चलन बाजारातील परकीय चलनाच्या स्पर्धात्मक खरेदी-विक्रीची किंमत समजण्यास दलालांची मदत होते.

५) सट्टेबाज :

परकीय चलन बाजारात सट्टेबाजांचा (speculators) सहभाग फार मोठ्या प्रमाणात असतो. आंतरराष्ट्रीय व्यापारात सहभागी होणाऱ्यांना परकीय चलनाची आवश्यकता असल्याने त्यांच्याकडून चलनाच्या खरेदी-विक्रीचे व्यवहार होतात. मात्र, त्यांच्या तुलनेत सट्टेबाजांकडून होणाऱ्या वेगवेगळ्या चलनांच्या खरेदी-विक्रीच्या व्यवहारांचे प्रमाण खूपच मोठे असल्याचे दिसते. परकीय चलनाच्या विनिमय दरात जे चढउतार होतात त्या चढउतारांचा फायदा घेण्यासाठी सट्टेबाजांकडून चलनाची खरेदी-विक्री केली जाते. परकीय चलन बाजारात सहभागी होणाऱ्या सट्टेबाजात बँका, परकीय चलनाची खरेदी करणाऱ्या व्यक्ती व व्यावसायिक, बहुराष्ट्रीय कंपन्या, परकीय कर्ज घेणारी किंवा परकीय रोख्यात गुंतवणूक करणारी सरकारे यांचा समावेश होतो.

२.२ परकीय चलन बाजारातील व्यवहार-विकल्प किंवा पर्याय, वायदा किंवा भावी, वायद्याचे सौदे, आणि अदलाबदल, मूल्यांतर पणनची संकल्पना, बचाव आणि सट्टेबाजी, आंतरराष्ट्रीय बाजारपेठेतील जोखमीचे प्रकार (Transactions in the Foreign Exchange Market-Options, Forwards, Futures and Swap, Concept of Arbitrage, Hedging and Speculation; Types of Risk in International Markets)

परकीय चलन बाजारातील व्यवहाराचे स्पष्टीकरण पुढीलप्रमाणे :

२.२.१ विकल्प किंवा पर्याय (Options) :

विकल्प किंवा पर्याय हा अनुजात रोखे (derivative securities) चा सर्वात महत्वाचा गट आहे. विकल्प किंवा पर्याय हा एक करार किंवा वित्तीय साधन आहे जे धारकाला विशिष्ट भविष्यातील तारखेला निर्दिष्ट (specified) किंमत म्हणून मालमत्तेची दिलेल्या प्रमाणात विक्री किंवा खरेदी करण्याचा अधिकार देतो, बंधन नाही. हक्क

मिळविणारी व्यक्ती पर्याय खरेदीदार किंवा पर्याय धारक म्हणून ओळखली जाते, तर दुसरी व्यक्ती (जो अधिकार प्रदान करतो) पर्याय विक्रेता किंवा पर्याय लेखक किंवा रायटर म्हणून ओळखला जातो. खरेदीदाराला असा पर्याय देण्यासाठी पर्यायाचा विक्रेता एक रक्कम आकारतो ज्याला पर्याय अधिमूल्य किंवा प्रीमियम म्हणून ओळखले जाते.

तलस्थित (underlying) मालमत्ता खरेदी करण्याचा पर्याय क्रय विकल्प (call option) म्हणून ओळखला जातो आणि तलस्थित (underlying) मालमत्ता विकण्याचा पर्याय विक्रय विकल्प (put option) म्हणून ओळखला जातो. पर्यायाद्वारे तलस्थित मालमत्ता खरेदी करणे किंवा विकणे याला विकल्प किंवा पर्याय वापरणे असे म्हणतात. दिलेली (किंवा प्राप्त) सांगितलेली किंमत स्ट्राइक (strike) किंमत म्हणून ओळखली जाते. पर्यायाचा खरेदीदार हा पर्याय किंवा दीर्घ स्थितीचा धारक म्हणून ओळखला जातो आणि पर्यायाचा विक्रेता पर्यायाचा लेखक किंवा रायटर (writer) किंवा अल्प स्थिती म्हणून ओळखला जातो. पर्यायाची किंमत अधिमूल्य किंवा प्रीमियम म्हणून ओळखली जाते.

२.२.२ वायदा किंवा भावी (Forwards) :

वायदा बाजारात आज ठरविलेल्या दराने भावी काळात चलन उपलब्ध करून देण्यासाठी परकीय चलनाची खरेदी–विक्री होते. याचाच अर्थ वायदा बाजारात भावी काळात परकीय चलन विशिष्ट दराने उपलब्ध करून देण्यासंबंधी करार केला जातो. त्या दराने आधी ठरविलेल्या वेळी परकीय चलन उपलब्ध करून दिले जाते. जेव्हा परकीय चलन बाजारात एका चलनाचे तत्काळ दुसऱ्या चलनात रूपांतर न होता काही काळानंतर म्हणजेच भविष्यात आधी ठरलेल्या दराने होत असेल, तर त्यास वायदा व्यवहार (Forward transaction) म्हणतात. ज्या दराने वायदा विनिमय करार (Forward exchange contract) ठरतात, त्यास वायदा दर (forward rate) असे म्हणतात. भावी पोचवणीसाठीच्या परकीय चलनाच्या बाजारात मागणी व पुरवठा वक्राच्या आंतर छेदनाने समतोल वायदा दर निश्चित होतो.

२.२.३ वायद्याचे सौदे (Futures) :

वायद्याचे सौदे (Futures) हे विनिमय आयोजित करार (exchange organized contracts) असतात जे एखाद्या वस्तूचा आकार, वितरण वेळ आणि किंमत ठरवतात. वायद्याचे सौदे (Futures) व्यवहार सहजपणे केले जाऊ शकतात कारण ते विनिमयाद्वारे प्रमाणित केले जातात. वायद्याचे सौदे करार किंवा फ्युचर्स कॉन्ट्रॅक्टमध्ये प्रत्येक वस्तूचे वेगवेगळे पैलू नमूद केलेले असतात. सर्व प्रथम म्हणजे वस्तूची गुणवत्ता होय. विनिमय किंवा एक्स्चेंजवर खरेदी–विक्रीसाठी वस्तूने ठराविक आवश्यकता पूर्ण करणे आवश्यक आहे. दुसरे म्हणजे एकाच किंवा एकल (single) कराराचा आकार. आकार प्रत्येक करारानुसार व्यापार केलेल्या वस्तूची युनिट्स निर्धारित करतो. तिसरी गोष्ट म्हणजे डिलिव्हरीची तारीख, जी वस्तू कोणत्या तारखेला किंवा कोणत्या महिन्यात डिलिव्हरी करायची हे ठरवते.

२.२.४ अदलाबदल (Swaps) :

अदलाबदल किंवा स्वॅप, ही साधने आहेत जी दोन भिन्न चलनांमध्ये दोन मुद्रा प्रवाहांची देवाणघेवाण करण्यास परवानगी देतात. अदलाबदल किंवा स्वॅप म्हणजे दोन पक्षांमधील निर्धारित तारखेला किंवा अनेक प्रकरणांमध्ये एकापेक्षा जास्त तारखांना मुद्रा प्रवाहाची (cash flows) देवाणघेवाण करण्यासाठीचा करार होय. सामान्यतः, एक पक्ष स्थिर दर देण्यास सहमत असतो तर दुसरा पक्ष बदलता दर देतो. अदलाबदल किंवा स्वॅप हा एक प्रकारचा

अनुजात (derivative) आहे ज्यामध्ये दोन पक्ष (parties) रोख प्रवाह किंवा दायित्वांची देवाणघेवाण करण्यास सहमत आहेत; म्हणून, नाव अदलाबदल. जेव्हा एखाद्या कंपनीला बदलता व्याज दर मिळवायचा असतो तर दुसरी जोखीम रोखण्यासाठी निश्चित व्याज दराची निवड करते तेव्हा अदलाबदल किंवा स्वॅप योग्य असते. हे व्याज दर अदलाबदल किंवा स्वॅप नावाच्या अदलाबदल किंवा स्वॅप प्रकाराद्वारे केले जाते, जेथे कंपन्या त्यांच्या दरम्यान व्याज दरांची देयके बदलतात. अदलाबदल किंवा स्वॅपचा आणखी एक प्रकार म्हणजे चलन अदलाबदल किंवा स्वॅप होय, जो पक्षांना विशिष्ट चलनातील कर्जाचे मुद्दल आणि स्थिर व्याजाची देयके दुसऱ्या चलनातील मुद्दल आणि स्थिर व्याजाची देयके याबरोबर अदलाबदल किंवा स्वॅप करू देते.

अलिकडच्या वर्षांत अदलाबदल किंवा स्वॅप ही जगभरात लोकप्रिय साधने बनली आहेत. अदलाबदल किंवा स्वॅप म्हणजे भविष्यात रोख प्रवाहाची देवाणघेवाण करण्यासाठी दोन प्रतिपक्षांमधील करार होय. स्वॅप करारांतर्गत, विविध अटी जसे की मुद्रा प्रवाह (cash flows) भरावयाच्या तारखा, ज्यात पैसे द्यावे लागतील ते चलन आणि पेमेंटची पद्धत पक्षांद्वारे निर्धारित केल्या जातात.

२.२.५ मूल्यांतर पणनची संकल्पना, मूल्यांतर पणन (Arbitrage) :

दोन वेगवेगळ्या बाजारात विनिमय दरात तफावत असते, तेव्हा नफा मिळविण्यासाठी दोन बाजारात एकाच वेळी चलनाची खरेदी व विक्री केली जाते, तेव्हा त्यास मूल्यांतर पणन असे म्हणतात. एका बाजारात कमी दराने विशिष्ट चलनाची खरेदी करून ते ज्या बाजारात जास्त दर आहे तेथे विकले जाते. त्यातून फायदा मिळविला जातो. अशा स्वरूपाच्या व्यवहारात सहभागी होणाऱ्यांच्या दृष्टीने दोन बाजारातील विनिमय दरातील तफावत हा नफा मिळविण्याचा मार्ग असतो.

व्याज दर मूल्यांतर पणन किंवा व्याज मूल्यांतर पणनही येथे दिसून येते. व्याज मूल्यांतर पणन म्हणजे उच्च व्याज दराचा फायदा घेण्यासाठी परकीय चलनाची सध्या खरेदी करणे व वायद्याने विक्री करणे होय.

२.२.६ बचाव (Hedging) :

वायदा बाजारावर प्रभाव पाडणारा महत्त्वाचा घटक म्हणजे बचाव हा होय. ठरविलेल्या वायदा दरामुळे निर्माण होणारा परकीय विनिमयाच्या बाबतीतील धोका टाळण्यासाठी किंवा भरून काढण्यासाठीची कृती म्हणजे बचाव होय. सर्वसाधारणपणे परकीय विनिमय दरात सातत्याने चढउतार होतात. त्यामुळे ज्या व्यक्तीस भविष्यात परकीय चलनात रक्कम मिळणार आहे तिला ती रक्कम कमी मिळण्याची किंवा ज्या व्यक्तीस भविष्यात परकीय चलनात रक्कम द्यावयाची आहे तिला अधिक रक्कम द्यावी लागण्याचा धोका असतो. बचावाद्वारे असा धोका टाळता येतो. उदा. समजा, इंग्लंडमधील निर्यातदाराने अमेरिकेतील व्यवसायसंस्थेस वस्तूची निर्यात केली असेल आणि त्यापासून १,००,००० डॉलर तीन महिन्यांनी मिळणे अपेक्षित आहे. अशा वेळी विनिमय दरातील बदलामुळे निर्माण होणारा धोका टाळण्याचा इंग्लंडमधील निर्यातदारांकडून आणि अमेरिकेतील व्यवसायसंस्थेकडून प्रयत्न केला जाईल. अमेरिकन व्यवसायसंस्थेस तीन महिन्यांनी १,००,००० पौंडाची रक्कम द्यावयाची आहे त्यातील धोका कमी करण्यासाठी आयातदार पौंडाच्या आजच्या वायदा दराने पौंडाची खरेदी करून विनिमयातील धोका टाळू शकतो.

२.२.७ सट्टेबाजी (Speculation) :

वायदा विनिमय बाजारासाठीची मागणी आणि पुरवठा हा सट्टेबाजीचा परिणाम आहे. सट्टेबाजी म्हणजे नफा मिळविण्याच्या अपेक्षेने परकीय विनिमयातील धोका स्वीकारणे होय. सट्टेबाजाकडून नफा मिळविण्याच्या हेतूने चलनाची खरेदी–विक्री केली जात असते. सट्टेबाज विनिमय दरातील बदलासंबंधीचा अंदाज घेऊन चलनाची खरेदी–विक्री करतात. परकीय चलनाच्या मूल्यात वाढ होण्याची सट्टेबाजास अपेक्षा असते, तेव्हा ते चलनाची खरेदी करतात. भविष्यात चलनाच्या मूल्यात वाढ झाल्यास सट्टेबाजास फायदा होतो.

अशा प्रकारे, सट्टेबाजी ही भावी काळातील परकीय चलनाच्या दरासंबंधीच्या अपेक्षांवर आधारलेली असते. ती वायदा बाजारात होते आणि भावी हजर दराच्या विकासाशी संबंधित असते. सट्टेबाजास आपल्या देशी चलनाच्या संदर्भात परकीय चलनाच्या हजर दरात तीन महिन्यांत वाढ होण्याची अपेक्षा असेल, तर तो वायदा बाजारात परकीय चलनाची खरेदी करील. तो तीन महिन्यांनंतर हजर विनिमय दराला चलनाची विक्री करील. त्याच्या अपेक्षा बरोबर ठरल्या, तर त्याला नफा मिळेल अन्यथा त्याला तोटा होईल.

समजा, वायदा विनिमय दर प्रति पौंडास १.७० डॉलर असेल. सट्टेबाजाची अशी अपेक्षा आहे की, आतापासून तीन महिन्यानंतर हजर विनिमय दर प्रति पौंडास १.७५ डॉलर असेल. सट्टेबाज वायद्याने १.७० डॉलर प्रति पौंड या दराने खरेदी करील आणि १.७५ डॉलर या दराने विकून प्रत्येक पौंडास पाच सेंट नफा मिळविल. मात्र, तीन महिन्यानंतर हजर दर १.६५ डॉलर हा राहिला, तर प्रति पौंडास पाच सेंट एवढा तोटा होईल. जर दर १.७० डॉलर असा पौंडाचा दर राहिला, तर नफा मिळणार नाही व तोटाही होणार नाही.

याउलट, आतापासून तीन महिन्यात हजर दरात घट होण्याची सट्टेबाजाची अपेक्षा असेल, तर सट्टेबाजाकडून तीन महिन्यांनंतर हजर दराने चलन खरेदी करण्यासाठी वायदा बाजारात चलनाची विक्री करील, जर सट्टेबाजाच्या भावी हजर दराबाबतच्या अपेक्षा बरोबर ठरल्या, तर त्याला नफा मिळेल. अपेक्षा चुकल्यास तोटा होण्याची किंवा नफाही होणार नाही व तोटाही होणार नाही याचीही शक्यता असते.

परकीय चलनातील सट्टेबाजी देशांतर्गत व परकीय व्याज दरातील फरक आणि विनिमय दरातील भावी हालचाली संबंधीच्या अपेक्षा यावर अवलंबून असते.

अपेक्षातील बदलाचाही हजर आणि वायदा विनिमय दरावर परिणाम होतो. सट्टेबाजी ही स्थैर्य निर्माण करणारी असते, तसेच अस्थैर्य निर्माण करणारी असते. चलनाच्या विनिमय दरात घट झाली असता पुढे त्यात वाढ होईल अशी अपेक्षा करून सट्टेबाज जेव्हा चलनाची खरेदी करतो व नफा मिळवितो, तेव्हा सट्टेबाजी स्थैर्य निर्माण करणारी असते. याउलट, जेव्हा विनिमय दरात वाढ झाली असता भविष्यात आणखी वाढ होईल या अपेक्षेने चलनाची खरेदी केली जाते, तेव्हा ती सट्टेबाजी अस्थैर्य निर्माण करणारी असते.

२.२.८ जोखमीचे प्रकार (Types of Risk) :

परकीय विनिमय जोखमीचे प्रकार प्रकार पुढीलप्रमाणे आहेत.

१) व्यवहार जोखीम (Transaction risk) :

व्यवहार जोखीम ही सर्वात सोपी आणि सामान्य परकीय चलन जोखीम आहे. जेव्हा प्रत्यक्ष व्यवहार होतो तेव्हा व्यवहार जोखीम निर्माण होते. व्यवहार जोखीम म्हणजे अधिकार क्षेत्रांमधील आर्थिक व्यवहार करताना कंपनीला

भेडसावणारी जोखीम होय. ही जोखीम म्हणजे व्यवहार पूर्ण करण्यापूर्वी विनिमय दरातील बदल होय. मूलतः, व्यवहार आणि व्यवहार पूर्ण करणे यामधील वेळेचा विलंब हा व्यवहार जोखमीचा स्रोत आहे.

व्यवहार जोखीम करार करणे आणि प्रत्यक्षात पेमेंट करणे यामध्ये होणाऱ्या विलंबाशी संबंधित आहे. पेमेंट करण्याचा करार आणि प्रत्यक्षात पेमेंट करण्यासाठीचा कालावधी जितका जास्त असेल, तितकी तुमच्या चलनाचे मूल्य कमी होण्याची जोखीम अधिक असते, जेणेकरून तुम्ही सुरुवातीला जे इच्छित केले होते त्यापेक्षा तुम्हाला अधिक पैसे द्यावे लागू शकतात. वायदा करार (forward contracts) आणि पर्याय (options) वापरून व्यवहार जोखीम कमी केली जाऊ शकते.

२) आर्थिक जोखीम (Economic risk) :

आर्थिक जोखीम, ज्याला अंदाज जोखीम म्हणून देखील ओळखले जाते, ही कंपनीच्या बाजार मूल्यावर विनिमय दर चढउतारांच्या अपरिहार्य प्रदर्शनामुळे (exposure) प्रभावित होणारी जोखीम आहे. आर्थिक जोखीम म्हणजे विनिमय दर बदलल्यामुळे कंपनीच्या मूल्यावर परिणाम होण्याची जोखीम होय. हा परकीय चलन जोखमीचा सर्वात जटिल प्रकार आहे. अशा प्रकारची जोखीम सामान्यतः भौगोलिक राजकीय किंवा भू-राजकीय (geopolitical) अस्थिरता आणि/किंवा सरकारी विनियम (regulations) सारख्या समग्रलक्षी आर्थिक परिस्थितीमुळे निर्माण होते.

आंतरराष्ट्रीय स्तरावर व्यवसाय करणारी कोणतीही संस्था आर्थिक जोखमीने प्रभावित होते. मात्र, कोणत्याही कंपनीने चढउतारांपासून स्वतःचे संरक्षण करण्यासाठी उपाययोजना करणे आवश्यक आहे, अन्यथा चलन आणि मूल्य घसरण्याचा धोका आहे. परकीय चलन बाजारात अस्थिर हालचालीच्या शक्यतेमुळे कंपनीच्या बाजार मूल्यावर लक्षणीय परिणाम होऊ शकतो.

३) स्थानांतरण जोखीम (Translation risk) :

एखाद्या व्यवसायसंस्थेची स्थानांतरण जोखीम म्हणजे तिचा आर्थिक अहवाल विनिमय दर हालचालींमुळे प्रभावित होतो ते प्रमाण होय. सर्व कंपन्यांना सामान्यतः अहवाल देण्याच्या उद्देशांसाठी एकत्रित वित्तीय विवरणे तयार करणे आवश्यक असल्याने, बहुराष्ट्रीय कंपन्यांच्या एकत्रीकरण प्रक्रियेमध्ये परकीय मालमत्ता व दायित्वे किंवा परकीय उपकंपन्यांचे आर्थिक विवरणपत्र, परकीय ते देशी चलनात स्थानांतरण करणे आवश्यक आहे. स्थानांतरण जोखीम ज्यांच्याकडे धारण (holdings) आहेत किंवा ज्या इतर देशांमध्ये कार्यरत आहेत अशा बहुराष्ट्रीय कंपन्यांना प्रभावित करते.

लेख पुस्तकांचे दुसऱ्या चलनातून देशी चलनात स्थानांतरण केल्यामुळे स्थानांतरण धोका उद्भवतो. ज्या चलनात कंपनी अहवाल देते आणि ज्या चलनात तिची मालमत्ता व दायित्वे आहेत त्यामधील विनिमय दरातील बदलांमुळे ताळेबंदावर मोठा परिणाम होऊ शकतो. स्थानिक चलनात नोंदवलेल्या विदेशी व्यवहाराच्या आर्थिक अहवालादरम्यान स्थानांतरण जोखीम उद्भवते. स्थानांतरण जोखमीचा कंपनीच्या आर्थिक निकालावर मोठा नकारात्मक प्रभाव पडतो, तरीही ताळेबंद बचाव (balance sheet hedging) ही जोखीम कमी करू शकतो. स्थानांतरण जोखमीचा एखाद्या व्यवसायसंस्थेच्या रोख प्रवाहावर (cash flows) परिणाम होत नसला तरी,

त्याचा व्यवसायसंस्थेच्या नोंदवलेल्या कमाईवर आणि त्यामुळे त्याच्या शेअरच्या किंमतीवर लक्षणीय परिणाम होऊ शकतो.

२.३ विनिमय दाराची निश्चिती–खरेदीशक्ती समानता सिद्धांत, व्यवहारतोल सिद्धांत, चलनविषयक प्रतिमान (Determination of Rate of Exchange-Purchasing Power Parity Theory, Balance of Payments Theory, Monetary Models):

विनिमय दार निश्चितीच्या खरेदीशक्ती समानता सिद्धांत, व्यवहारतोल सिद्धांत आणि चलनविषयक प्रतिमान याविषयी स्पष्टीकरण पुढे दिले आहे.

२.३.१ खरेदीशक्ती समानता (क्रयशक्ती तुल्यता) सिद्धांत (Purchasing Power Parity Theory) :

खरेदीशक्ती समानता सिध्दांत स्विडीश अर्थशास्त्रज्ञ गुस्ताव कॅसेल (Gustav Cassel) यांनी विकसित केला. अपरिवर्तनीय कागदी चलन असलेल्या दोन देशातील चलनाचा विनिमय दर कसा निश्चित होतो हे स्पष्ट करण्यासाठी त्यांनी हा सिध्दांत मांडला. कॅसेल यांच्या मते, खरेदीशक्ती समानता ही अशी योग्य पातळी आहे की जेथे विनिमय दर निश्चित करता येतो.

खरेदीशक्ती समानता सिध्दांताच्या बाबतीतील मूलभूत कल्पना अशी आहे की देशातील लोकांकडून परकीय चलनाची मागणी केली जाते कारण त्या चलनात त्या देशात वस्तू खरेदी करण्याची क्षमता असते. जेव्हा देशांतर्गत चलनाचा परकीय चलनाबरोबर विनिमय होतो तेव्हा वस्तुत: देशांतर्गत खरेदीशक्तीचा परकीय खरेदीशक्तीबरोबर विनिमय होतो. यावरून असे स्पष्ट होते की, दोन चलनाची सापेक्ष खरेदीशक्ती हा विनिमय दर निश्चित करणारा प्रमुख घटक आहे कारण जेव्हा दोन चलनाचा विनिमय होतो तेव्हा वस्तूत: दोन चलनाच्या आंतरराष्ट्रीय खरेदीशक्तीचा विनिमय होतो. अशा प्रकारे, समतोल विनिमय दर असा असावा की चलनाच्या विनिमयातून समान राशीच्या (amounts) खरेदीशक्तीचा विनिमय घडून येईल. कॅसेल यांचा खरेदीशक्ती समानता सिध्दांत एका साध्या गृहीतावर आधारित आहे आणि ते म्हणजे व्यापार करणारे दोन देश मुक्त देश आहेत व दिलेल्या देशाबरोबरील व्यापारावर निर्बंध नाहीत.

स्पष्टीकरण (Explanation) :

खरेदीशक्ती समता सिध्दांतानुसार जेथे दोन देशातील चलनाची खरेदीशक्ती समान होते तेथे विनिमय दर निश्चित होतो. उदाहरणाच्या आधारे या सिध्दांताचे स्पष्टीकरण पुढीलप्रमाणे देता येईल.

समजा, भारत व इंग्लंड या दोन देशात अपरिवर्तनीय कागदी चलन पध्दती आहे. इंग्लंडमध्ये १ पौंड खर्च करून जो वस्तूचा गठ्ठा खरेदी केला जाऊ शकतो, तोच गठ्ठा भारतात ७५ रुपये खर्च करून खरेदी केला जाऊ शकतो. खरेदीशक्ती समानता सिध्दांतानुसार विनिमय दर ७५ रुपये = १ पौंड असेल.

समजा, दोन देशातील किंमत पातळी समान असताना विनिमय दर ७० रुपये = १ पौंड झाला. याचा अर्थ तोच वस्तूचा गठ्ठा खरेदी करण्यासाठी इंग्लंडमधील १ पौंडाची तुलना करता भारतात कमी रुपये द्यावे लागतील. विनिमय दराचे अतिमूल्यन झाल्यामुळे भारतातील आयात वाढेल व निर्यात कमी होईल. त्यामुळे पौंडाच्या मागणीत वाढ होईल आणि रुपयाच्या मागणीत घट होईल. या प्रक्रियेतून शेवटी ७५ रुपये = १ पौंड हा सामान्य विनिमय दर निश्चित होईल.

समजा, दोन देशातील किंमत पातळी समान असताना विनिमय दर ८० रुपये = १ पौंड झाला. या स्थितीत चलनाचे अधोमूल्यन झाल्याने भारताची निर्यात वाढेल आणि आयात कमी होईल. त्यामुळे रुपयाची मागणी वाढेल आणि पौंडाची मागणी कमी होईल. त्यातून पुन्हा ७५ रुपये = १ पौंड हा सामान्य विनिमय दर प्रस्थापित होईल.

किंमत पातळीत बदल झाल्यास विनिमय दरातही बदल होतो. अशा स्थितीत समतोल विनिमय दर निश्चित करण्यासाठी पुढील सूत्र वापरले जाते.

$$\textbf{विनिमय दर} = \frac{\textbf{परकीय चलनाची देशांतर्गत किंमत X देशांतर्गत किंमत निर्देशांक}}{\textbf{परकीय किंमत निर्देशांक}}$$

उदा. : किंमत पातळीत बदल होण्यापूर्वी विनिमय दर ७५ रुपये = १ पौंड आहे. समजा, देशांतर्गत (भारतीय) किंमत निर्देशांकात २५० पर्यंत वाढ झाली आणि परकीय (इंग्लंड) किंमत निर्देशांकात २०० पर्यंत वाढ झाली तर समतोल विनिमय दर पुढीलप्रमाणे शोधता येईल.

$$\textbf{विनिमय दर} = \frac{\textbf{१ पौंड X २५०}}{\textbf{२००}} = \textbf{१.२५ पौंड}$$

किंवा ७५ रुपये = १.२५

ही दोन देशातील खरेदीशक्ती समानता असेल. वास्तवात वस्तूचा वाहतूक खर्च आणि विमा व इतर आकार विचारात घेऊन समानता दुरूस्त केली जाईल.

टीका (Criticisms) :

कॅसेल यांचा खरेदीशक्ती समानता सिध्दांत अर्थशास्त्रज्ञांमध्ये लोकप्रिय झाला आणि अपरिवर्तनीय कागदी चलनामधील विनिमय दर निश्चितीचे वास्तववादी स्पष्टीकरण म्हणून तो मोठ्या प्रमाणात स्विकारण्यात आला. मात्र, त्याचा सैध्दांतिक आधार दुर्बल असल्याने त्यावर मोठ्या प्रमाणात टीकाही करण्यात आली. या सिध्दांतावरील काही टीका पुढीलप्रमाणे :

१) चलनांच्या खरेदीशक्तीचे मापन अवघड :

खरेदीशक्ती समानता सिध्दांतानुसार विनिमय दर खरेदीशक्तीच्या समानतेने निश्चित होतो. दोन देशांच्या चलनाच्या एककाची खरेदीशक्ती किंमत निर्देशांकाने निश्चित होते. टीकाकारांच्या मते, किंमत निर्देशांकाच्या बाबतीत काही दोष आहेत. एक म्हणजे किंमत निर्देशांक भूतकाळातील किमतीशी संबंधित असतात. त्यामुळे वास्तव जीवनातील त्यांचे महत्त्व कमी होते. दुसरा दोष असा की, आंतरराष्ट्रीय व्यापारात सहभागी न होणाऱ्या वस्तूंचाही समावेश किंमत निर्देशांकात केला जातो. तसेच दोन देशांतील किंमत निर्देशांकात सारख्याच वस्तूंचा समावेश नसतो.

२) वस्तूच्या गुणवत्तेकडे दुर्लक्ष :

दोन देशांतील ज्या वस्तूंच्या किमतीची तुलना केली जाते त्या वस्तूंच्या गुणवत्तेचा विचार या सिध्दांतात केलेला नाही. प्रत्यक्ष व्यवहारात दोन देशातील वस्तूंच्या गुणवत्तेत फरक असण्याची शक्यता अधिक असते. दोन देशातील वस्तूच्या गुणवत्तेत फरक असेल तर त्यांच्या किमतीची तुलना करून विनिमय दर निश्चित करणे योग्य ठरत नाही.

३) वाहतूक खर्चाकडे दुर्लक्ष :

एका देशाकडून दुसऱ्या देशाकडे वस्तू पाठविताना होणाऱ्या वाहतूक खर्चाकडे या सिध्दांतात दुर्लक्ष झाले आहे. तसेच प्रा. पिगु यांनी स्पष्ट केल्यानुसार आंतरराष्ट्रीय प्रवाहावर कोणत्याही देशाने लादलेल्या व्यापार निर्बंधामुळे खरेदीशक्ती समानता विस्कळीत होते.

४) विनिमय दरातील बदलाचा किंमत पातळीवर प्रभाव :

खरेदीशक्ती समानता सिध्दांतानुसार दोन देशातील अंतर्गत किंमत पातळीचा विनिमय दरावर प्रभाव पडतो. मात्र, टीकाकारांच्या मते, दोन देशांच्या विनिमय दरातील बदलाचा किंमत पातळीवर प्रभाव पडतो. समजा, भारत आणि इंग्लंड यांच्यातील विनिमय दरात वाढ झाली तर इंग्लंडसाठी भारतीय वस्तू महाग होतील. अशा प्रकारे, विनिमय दरातील वाढीमुळे इंग्लंडमधील किंमत पातळीत वाढ होते.

५) सर्वसाधारण अनुभवाशी विसंगत :

टीकाकारांच्या मते, अशा प्रकारचे एकही उदाहरण पहायला मिळत नाही की जेथे दोन देशातील विनिमय दर खरेदीशक्ती समानतेच्या आधारावर निश्चित केला आहे. हा सिध्दांत सर्वसाधारण अनुभवाशी विसंगत असल्याने व्यवहारिक जीवनातील त्याचे महत्त्व कमी असल्याचे स्पष्ट होते.

६) व्यवहारतोलावर प्रभाव पाडणाऱ्या इतर घटकांकडे दुर्लक्ष :

दोन देशातील व्यवहारतोलावर परिणाम करून त्याद्वारे विनिमय दरावर प्रभाव पाडणाऱ्या इतर घटकांचे विश्लेषण हा सिध्दांत देत नाही. हा सिध्दांत केवळ दोन देशातील अंतर्गत किंमत पातळीवर प्रभाव पाडणाऱ्या घटकांचाच अभ्यास करतो. उदा.दोन देशातील भांडवलाच्या हालचालीचा अंतर्गत किंमत पातळीवर फारसा परिणाम होत नाही. मात्र, व्यवहारतोलावर निश्चित परिणाम होतो. विनिमय दरावर प्रभाव पाडणाऱ्या सर्व घटकांचे विश्लेषण देत नसल्याने हा सिध्दांत अपूर्ण आहे.

७) अल्पकाळातील विनिमय दर निश्चितीचे स्पष्टीकरण नाही :

खरेदीशक्ती समानता सिध्दांत विनिमय दराचे दीर्घकालीन स्पष्टीकरण देतो. मात्र, तो दोन देशांमधील अल्पकालीन विनिमय दर कसा ठरतो याचे स्पष्टीकरण देत नाही. प्रत्यक्षात अल्पकाळात दोन देशातील विनिमय दरावर विविध घटकांचा प्रभाव पडतो.

८) एकांगी सिध्दांत :

रॅग्नर नर्क्स यांच्या मते, खरेदीशक्ती समानता सिध्दांत हा एकांगी आहे. हा सिध्दांत सापेक्ष किमतीतील बदलावर आधारलेला असून परकीय चलनाच्या मागणीवर प्रभाव पाडणाऱ्या घटकांकडे या सिध्दांतात दुर्लक्ष झाले आहे.

अशा प्रकारची टीका खरेदीशक्ती समानता सिध्दांतावर करण्यात आली आहे. मात्र, असे असले तरी विनिमय दरातील दीर्घकालीन बदलासंबंधी या सिध्दांताने दिलेले विवेचन महत्त्वाचे आहे. दीर्घकाळात विनिमय दर सापेक्ष किमती व किंमत बदलांवर अवलंबून असतात.

२.३.२ व्यवहारतोल सिद्धांत (Balance of Payments Theory) :

व्यवहारतोल सिध्दांत हा विनिमय दराचा सर्वसाधारण समतोल सिध्दांत म्हणूनही ओळखला जातो. सध्या हा सिध्दांत विनिमय दराचा अतिशय समाधानकारक सिध्दांत समजला जातो. तसेच हा सिध्दांत मूल्याच्या सर्वसाधारण समतोल

सिध्दांताशी जोडला गेला आहे. या सिध्दांतानुसार दोन देशातील विनिमय दर परकीय चलन बाजारातील परकीय चलनाचा पुरवठा आणि मागणीने निश्चित होतो. विनिमय दर ही देशांतर्गत चलनाच्या संदर्भातील परकीय चलनाची किंमत आहे. इतर कोणत्याही किमतीप्रमाणे विनिमय दरही मागणी व पुरवठ्याच्या बाजार प्रवाहाने निश्चित होतो. येथे मागणी व पुरवठा म्हणजे देशाच्या परकीय चलन बाजारातील परकीय चलनाची मागणी व पुरवठा होय.

ज्या बिंदूपाशी मागणी व पुरवठ्यात समतोल प्रस्थापित होतो तेथे विनिमय दर निश्चित होतो. त्यामुळेच यास समतोल विनिमय दर असे म्हणतात. या दराला देशांतर्गत चलनाचे अतिमूल्यन किंवा अधिमूल्यन होत नाही. विनिमय दरात परकीय चलनाच्या मागणी व पुरवठा स्थितीत झालेल्या बदलानुसार बदल होतो. अमेरिकन डॉलर आणि भारतीय रुपयातील विनिमय दर भारतीय विनिमय बाजारातील डॉलरचा पुरवठा आणि डॉलरची मागणी यातील संबंधाने निश्चित होतो.

विनिमय दर परकीय चलनाचा पुरवठा आणि परकीय चलनाच्या मागणीने निश्चित होत असल्याने परकीय चलनाचा पुरवठा व परकीय चलनाची मागणी यासंबंधी सविस्तर माहिती घेणे आवश्यक आहे.

भारतीय निर्यातदार परकीयांना वस्तू व सेवांची निर्यात करतात आणि परकीय आयातदारांना भारतास रक्कम द्यावी लागते, तेव्हा परकीय चलनाचा पुरवठा केला जातो. भारतीयांना रक्कम देण्यासाठी, रुपये मिळविण्यासाठी परकीय चलन बाजारात ते आपल्या स्वतःच्या चलनाचा पुरवठा करतात. उदा. भारताकडून वस्तूची आयात करणाऱ्या अमेरिकन आयातदारांना भारताच्या निर्यातीच्या रकमा देण्यासाठी डॉलरचे रूपयात रूपांतर करावे लागते. ही निर्यात वस्तू व सेवांची असते किंवा प्रवास खर्च, परकीय सरकारचा भारतातील खर्च अशा व्यवहारतोलातील बाबी असतात. या सर्व बाबींना एकत्रितपणे व्यवहारतोलातील 'जमा बाबी' (Credit Items) म्हणतात. व्यवहारतोलातील जमा बाबींमुळे परकीय चलनाचा पुरवठा केला जातो.

परकीय देशांकडून वस्तूंची आयात करणाऱ्या भारतीय आयातदारांकडून 'परकीय चलनाची मागणी' निर्माण होते. अशा प्रकारे, जेव्हा भारतीय अमेरिकेकडून वस्तूंची आयात करतात तेव्हा परकीय चलन बाजारात डॉलरसाठी मागणी निर्माण होते. भारतातील आयात ही वस्तूंची किंवा सेवांची आयात असू शकते किंवा व्यवहारतोलातील इतर बाबींची (उदा. भारतीयांचा परकीय देशातील प्रवास खर्च, परकीय देशातील सरकारचा खर्च, इ.) असू शकते. या सर्व बाबींना एकत्रितपणे व्यवहारतोलातील 'नावे बाजुच्या बाबी' (debit items) किंवा खर्चाच्या बाबी म्हणतात. व्यवहारतोलातील नावे बाजुच्या बाबी किंवा खर्चाच्या बाबी परकीय चलनाची मागणी निर्माण करतात.

देशाच्या व्यवहारतोलात जेव्हा निव्वळ वाढावा असतो, तेव्हा परकीय चलनाचा पुरवठा परकीय चलनाच्या मागणीपेक्षा जास्त असेल. त्यामुळे विनिमय दरात घट होईल आणि परकीय चलनाच्या संदर्भात देशाच्या चलनाच्या विनिमय मूल्यात वाढ होईल. याउलट व्यवहारतोलात जेव्हा तूट असेल तेव्हा परकीय चलनाची मागणी ही पुरवठ्यापेक्षा जास्त राहील. त्यामुळे विनिमय दरात वाढ होईल आणि परकीय चलनाच्या संदर्भात देशाच्या चलनाच्या विनिमय मूल्यात घट होईल.

प्रतिकूल व्यवहारतोलाच्या स्थितीत जेव्हा विनिमय दर समतोल विनिमय दराच्या खाली येतो तेव्हा निर्यातीत वाढ होते. व्यवहारतोलातील प्रतिकूलता नाहीशी होते आणि समतोल विनिमय दर पून्हा प्रस्थापित होतो. याउलट, अनुकूल व्यवहारतोलाच्या स्थितीत जेव्हा विनिमय दरात वाढ होऊन तो समतोल विनिमय दराच्या वर जातो तेव्हा निर्यातीत घट होऊन व्यवहारतोलातील अनुकूलता नाहीशी होते आणि समतोल विनिमय दर पुन्हा प्रस्थापित होतो.

अशा प्रकारे, व्यवहारतोलाच्या जमा आणि खर्चाच्या किंवा नावे बाजूचे प्रतिनिधीत्व करणाऱ्या परकीय चलनाच्या मागणी व पुरवठ्याने विनिमय दर निश्चित होतो.

व्यवहारतोल सिध्दांतानुसार विनिमय दर कसा निश्चित होतो हे आकृती २.२ च्या आधारे स्पष्ट करता येईल.

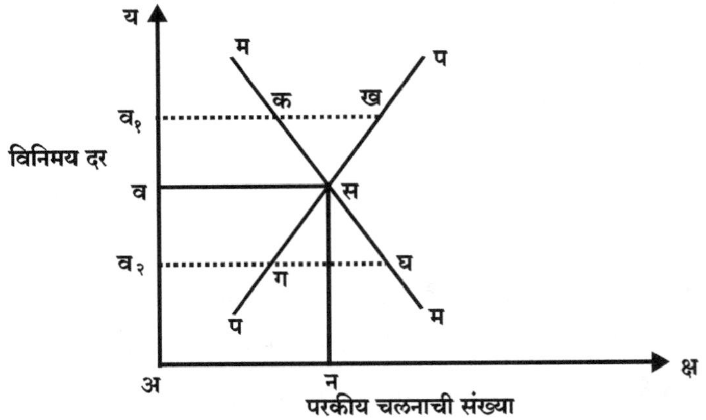

आकृती २.२ : व्यवहारतोल सिध्दांतानुसार विनिमय दर निश्चिती

आकृती २.२ मध्ये 'मम' हा परकीय चलनाचा मागणी वक्र आहे. तो डावीकडून उजवीकडे उतरत जाणारा आहे कारण विनिमय दरात वाढ होते तेव्हा परकीय चलनाच्या मागणीत घट होते आणि विनिमय दरात घट होते तेव्हा परकीय चलनाच्या मागणीत वाढ होते. 'पप' हा परकीय चलनाचा पुरवठा वक्र आहे. तो डावीकडून उजवीकडे वर चढत जाणारा आहे कारण विनिमय दरात वाढ झाली असता विक्रीसाठी उपलब्ध झालेल्या परकीय चलनात वाढ होते व विनिमय दरात घट झाली असता विक्रीसाठी उपलब्ध झालेल्या परकीय चलनात घट होते.

'मम' व 'पप' हे दोन्ही वक्र 'स' बिंदूत एकमेकांना छेदून 'अव' हा समतोल विनिमय दर निश्चित होतो. या दराला परकीय चलनाची मागणी व पुरवठा नगसंख्या समान असून ती 'अन' एवढी आहे. 'स' बिंदूत व्यवहारतोल समतोलात आहे. समजा विनिमय दरात '$अव_१$' पर्यंत वाढ झाली. अशा स्थितीत परकीय चलनाची मागणी ही त्याच्या पुरवठ्यापेक्षा कमी आहे. ($व_१ क < व_१ ख$). याचा अर्थ व्यवहारतोल अनुकूल आहे. विनिमय दर समतोल विनिमय दरापेक्षा अधिक असल्याने निर्यात घटते आणि आयात वाढते. त्यामुळे परकीय चलनाच्या मागणीत वाढ आणि पुरवठ्यात घट होईल. शेवटी, 'अव' हा समतोल विनिमय दर पून्हा प्रस्थापित होईल. याउलट जेव्हा विनिमय दर समतोल विनिमय दराच्या खाली म्हणजे '$अव_२$' पर्यंत येईल तेव्हा परकीय चलनाची मागणी त्याच्या पुरवठ्यापेक्षा जास्त आहे. ($व_२ घ > व_२ ग$). याचा अर्थ व्यवहारतोल प्रतिकूल आहे; परंतु विनिमय दरातील घटीमुळे निर्यात वाढते व आयात घटते. परिणामत: परकीय चलनाच्या मागणी घट व पुरवठ्यात वाढ होऊन 'अव' हा समतोल विनिमय दर पुन्हा प्रस्थापित होईल.

विनिमय दरातील बदल हे स्वयं-दुरूस्त होणारे आहेत. मात्र, त्यासाठी सरकारकडून हस्तक्षेप न होणे आवश्यक आहे. विनिमय दर हे देशाच्या व्यवहारतोलाशी जवळून संबंधित असल्याने या सिध्दांतास विनिमय दराचा व्यवहारतोल सिध्दांत म्हटले जाते.

सिध्दांताचे टीकात्मक मूल्यमापन (Critical Evaluation of the Theory) :

या सिध्दांताकडे विनिमय दराचा सर्वात समाधानकारक सिध्दांत म्हणून पाहिले जाते. या सिध्दांताने परकीय विनिमय दर निश्चितीस सर्वसाधारण समतोलाच्या चौकटीत आणले आहे. हा सिध्दांत मूल्याच्या सर्वसाधारण सिध्दांताबरहुकुम आहे. हा सिध्दांत अधिक वास्तववादी आहे कारण यात परकीय चलनाची देशांतर्गत किंमत ही अनेक महत्त्वाच्या चलांचे फलन असल्याचे स्पष्ट केले आहे. मात्र, असे असले तरी या सिध्दांतावर अर्थशास्त्रज्ञांनी टीका केली आहे.

टीका (Criticism) :

विनिमय दराच्या व्यवहारतोल सिध्दांतावरील टीका पुढीलप्रमाणे :

१) **पूर्ण स्पर्धा व मुक्त व्यापाराचे गृहीत अवास्तव :**

हा सिध्दांत ज्या गृहीतावर आधारित आहे ते गृहीत अवास्तव आहे. या सिध्दांताने पूर्ण स्पर्धा आणि एका देशाकडून दुसऱ्या देशाकडे पैशाची मुक्त ये-जा गृहीत धरलेली आहे. हे अवास्तव गृहीत आहे.

२) **अंतर्गत किंमत पातळी व विनिमय दरात संबंध :**

या सिध्दांतानुसार विनिमय दर आणि किंमत पातळी यात महत्त्वपूर्ण संबंध नाही. मात्र, वास्तवात असा संबंध असतो कारण व्यवहारतोल स्थितीवर किंमत-खर्च रचनेचा प्रभाव पडतो.

३) **व्यवहारतोल हे विनिमय दराचे फलन :**

व्यवहारतोल सिध्दांतानुसार विनिमय दर हे व्यवहारतोलाचे फलन आहे. मात्र, व्यवहारात विनिमय दरातील बदलाचा व्यवहारतोलावर परिणाम झाल्याचे दिसून येते. अशा प्रकारे व्यवहारतोल हे विनिमय दराचे फलन आहे हेही तेवढेच बरोबर आहे.

२.३.३ चलनविषयक प्रतिमान (Monetary Models) :

विनिमय दर निश्चितीचे चलनविषयक प्रतिमान किंवा विनिमयदराचा चलनविषयक दृष्टीकोन असे मानतो की विनिमय दर प्रत्येक देशातील राष्ट्रीय चलनाची एकूण मागणी आणि पुरवठा यांच्या समतोलाद्वारे निर्धारित केले जातात. या दृष्टिकोनानुसार, पैशाची मागणी वास्तव उत्पन्नाची पातळी, सर्वसाधारण किंमत पातळी आणि व्याज दर यावर अवलंबून असते. पैशाची मागणी हे वास्तव उत्पन्न व किंमत पातळीचे प्रत्यक्ष फलन आणि व्याज दराचे व्यस्त फलन आहे. पैशाचा पुरवठा वेगवेगळ्या देशांच्या चलन सत्तेद्वारे स्वायत्तपणे निर्धारित केला जातो.

सुरुवातीला परकीय चलन बाजार समतोलात किंवा व्याज समानतेत (at interest parity) असल्याचे गृहीत धरले आहे. पुढे असे मानले आहे की, मूळ देशात चलनविषयक सत्ता पैशाचा पुरवठा वाढवते. यामुळे दीर्घ कालावधीत मूळ देशातील किमतीच्या पातळीत प्रमाणबद्ध वाढ होईल. खरेदी शक्ती समता सिद्धांताने स्पष्ट केल्याप्रमाणे यामुळे देशांतर्गत चलनाचा मूल्यऱ्हास (depreciation) होईल. उदाहरणार्थ, जर भारतीय रिझर्व्ह बँकेने पैशाचा पुरवठा २० टक्क्यांनी वाढवला, तर त्यामुळे दीर्घ कालावधीत किंमत पातळीत २० टक्के वाढ आणि डॉलरच्या तुलनेत रुपयाचा २० टक्के मुल्यऱ्हास होऊ शकतो. पैशाची मागणी दिलेली असताना व्याज दर मात्र घसरण्याची शक्यता आहे.

चलन पुरवठ्यातील वाढ आणि परिणामी व्याज दरात होणारी घसरण याचा परिणाम भारतातील वित्तीय बाजार आणि विनिमय दरांवर लगेच होईल. भारतातील व्याज दरात घट झाल्यामुळे यू.एस.ए. मधील भारतीय वित्तीय

गुंतवणुकीत वाढ होऊ शकते. यामुळे रुपयाचा तात्काळ मूल्यऱ्हास होण्याची शक्यता आहे, समजा १५ टक्क्यांनी, जी खरेदी शक्ती समता सिद्धांतानुसार दीर्घकाळात अपेक्षित असलेल्या रुपयाच्या १० टक्के मूल्यऱ्हासापेक्षा जास्त आहे. कालांतराने, भारताच्या तुलनेत यू.एस.ए. मधील किमती जसजशा वाढतात, तसतसे रुपयाचे मूल्य काही प्रमाणात (समजा ८ टक्के) वाढेल जसे की, पैशाच्या पुरवठ्यात वाढ झाल्यानंतर आणि परिणामी भारतात व्याज दरात घट झाल्यानंतर लगेचच होणारे ओव्हरशूटिंग किंवा अत्याधिक अवमूल्यन तटस्थ होते (gets neutralized).

चलनविषयक दृष्टिकोनातून विनिमय दराची निश्चिती पुढीलप्रमाणे :

भारत आणि यू.एस.ए. हे दोन देश अनुक्रमे १ आणि २ असे देश आहेत. जेव्हा पैशाची मागणी (Md) पैशाच्या पुरवठ्याशी (Ms) संतुलित होते तेव्हा त्या प्रत्येक देशात चलनविषयक समतोल प्रस्थापित होतो.

$$Md_1 = MS_1$$

$$Md_2 = MS_2$$

संख्या १ आणि २ या दोन देशांना सूचित करतात.

$$M_{S1} = K_1P_1Y_1$$

$$M_{S2} = K_2P_2Y_2$$

येथे K_1 आणि K_2 हे दोन देशांमधील वास्तविक राष्ट्रीय उत्पन्न ते वास्तविक पैशाच्या शिलकीचे (nominal money balances to nominal national income) इच्छित दर आहेत. P_1 आणि P_2 ही दोन देशांतील किंमत पातळी आहे आणि Y_1 आणि Y_2 हे दोन देशांतील वास्तविक राष्ट्रीय उत्पन्न किंवा उत्पादन आहे.

दोन देशांतील चलनविषयक समतोलाच्या अटी पुढीलप्रमाणे आहेत.

$$M_{S1} = K_1P_1Y_1 \quad \text{------------(i)}$$

$$M_{S2} = K_2P_2Y_2 \quad \text{------------(ii)}$$

(i) ला (ii) भागिले असता

$$\frac{M_{S1}}{M_{S2}} = \frac{K_1P_1Y_1}{K_2P_2Y_2}$$

$$\frac{P_1}{P_2} = \frac{M_{S1}}{M_{S2}} \cdot \frac{K_2Y_2}{K_1Y_1}$$

P_1/P_2 खरेदी शक्ती समता सिद्धांतानुसार विनिमय दर (R) आहे.

$$\therefore R = \frac{M_{S1}}{M_{S2}} \cdot \frac{K_2Y_2}{K_1Y_1} \quad \text{-------------(iii)}$$

यू.एस.ए. मध्ये K_2 आणि Y_2 आणि भारतातील K_1 आणि Y_1 अपरिवर्तित राहिले (unchanged), तर जोपर्यंत M_{s1} आणि M_{s2} स्थिर राहतील तोपर्यंत R अपरिवर्तित राहील. R मधील बदल M_{s1} मधील बदलांच्या प्रत्यक्ष प्रमाणात आणि M_{s2} मधील बदलांच्या व्यस्त प्रमाणात आहेत.

चलनविषयक दृष्टिकोन आणि समीकरण (iii) शी संबंधित काही महत्त्वाच्या गोष्टी लक्षात घेणे आवश्यक आहे. प्रथम, हा दृष्टिकोन खरेदी शक्ती समता सिद्धांतावर अवलंबून आहे. दुसरे, वरील व्युत्पत्ती (derivation) असे गृहीत धरते की दोन देशांतील व्याज दर सुरुवातीला समान आहेत. भारतात पैशाच्या पुरवठ्यात वाढ झाल्याने व्याज दर कमी होतो आणि त्याचा विनिमय दरावर परिणाम वास्तविक उत्पन्नातील बदलामुळे दिसून येतो.

तिसरे, विनिमय दर कोणत्याही प्रवाहाशिवाय किंवा राखीव निधि (reserves) मध्ये बदल न करता प्रत्येक देशातील चलन बाजार निमुक्त (clear) करण्यासाठी समायोजित होतो. शेवटी, प्रत्येक देशातील चलनवाढीच्या अपेक्षित दराने विनिमय दर प्रभावित होतो.

विनिमय दर निश्चित करण्याच्या चलनविषयक दृष्टिकोनामध्ये काही कमतरता आहेत ज्यांची पुढे माहिती दिली आहे.

१) चलनविषयक दृष्टिकोन १९७३ पासून चलन तारण (currency floatation) काळात प्रमुख चलनांच्या विनिमय दरांमधील हालचालींचे स्पष्टीकरण देण्यात अयशस्वी ठरला आहे.

२) चलनविषयक दृष्टिकोनाने परकीय विनिमयदराचा निर्धारक म्हणून पैशाच्या भूमिकेवर जास्त भर दिला आहे आणि व्यापाराला फारच कमी महत्त्व दिले आहे.

३) चलनविषयक दृष्टिकोन असे मानतो की देशांतर्गत आणि परकीय वित्तीय मालमत्ता जसे की बाँड्स योग्य पर्याय आहेत. वास्तविक पाहता हे खरे नाही.

४) विनिमय दर निश्चित करण्यासाठीचा चलनविषयक दृष्टीकोन अनुभवाधिष्ठित रीतीने (empirically) चांगली कामगिरी करून नाही. अंदाजे पॅरामीटर्स एकतर क्षुल्लक आढळले आहेत किंवा त्यांच्यात चुकीची चिन्हे आहेत. चलनविषयक विनिमय दर प्रतिमाने त्यांच्या अंदाज क्षमतेच्या बाबतीतही चांगले काम करत नाहीत. बाजार कार्यक्षमतेवरील चाचण्यांनी हा दृष्टिकोन नाकारला आहे.

२.४ विनिमय नियंत्रणाची उद्दिष्टे आणि विनिमय नियंत्रणाच्या पद्धती (Exchange Control-Objectives and Methods of Exchange Control):

विनिमय नियंत्रण हे आंतरराष्ट्रीय व्यापार नियंत्रित करण्याचे एक महत्त्वाचे साधन आहे. विनिमय नियंत्रण म्हणजे परकीय विनिमय (चलन) आणि विनिमय दराच्या बाबतीतील सरकारचा हस्तक्षेप होय. व्यापक अर्थाने 'विनिमय नियंत्रण' या संज्ञेत विनिमय दरावर नियंत्रण, भांडवलाच्या हालचालीवर नियंत्रण, विनिमय समानीकरण खात्याचे व्यवस्थापन, तसेच व्यापार व अधिदान (payment) कराराचा निर्णय अशा बाबींचा समावेश होतो. मात्र, सर्वसाधारपणे विनिमय नियंत्रण ही संज्ञा संकुचित अर्थाने वापरली जाते. या दृष्टीने विचार करता, विनिमय नियंत्रण म्हणजे परकीय विनिमय व्यवसायावर सरकारने लादलेली नियंत्रणे होय.

विनिमय नियंत्रणाची वैशिष्ट्ये (Characteristics of Exchange Control) :

विनिमय नियंत्रणाची वैशिष्ट्ये पुढीलप्रमाणे आहेत.

१) परकीय विनिमय (चलन) बाजारावर सरकारचे संपूर्ण नियंत्रण यात अपेक्षित असते.

२) सर्व परकीय चलने मध्यवर्ती बँकेकडे सुपूर्त केली जातात.

३) देशाच्या निर्यातदाराने मिळविलेले सर्व परकीय चलन देशाच्या मध्यवर्ती बँकेकडे दिले जाते.

४) सरकार सर्व परकीय चलन व्यवहाराचे मध्यवर्ती बँकेच्या हाती केंद्रिकरण करते.

५) देशाच्या आयातदारांना विदेशातून आयात केलेल्या वस्तुसाठीचे देणे देण्यासाठी सरकारी दराने परकीय चलन दिले जाते.

६) मध्यवर्ती बँक सरकारी किंवा अधिकृत विनिमय दर ठरविते.

७) देशाची मध्यवर्ती बँक दुर्मीळ परकीय चलनाच्या वाटणीचा प्राधान्यक्रम ठरविते.

८) विनिमय नियंत्रणामुळे आयातीचे परिमाण आपोआप कमी होते.

९) विनिमय नियंत्रण पद्धतीमुळे परकीय विनिमय व्यवसायात सरकारची मक्तेदारी प्रस्थापित होते.

१०) केवळ परवानाधारकच परकीय विनिमयाच्या बाबतीतील व्यवहार करू शकतात.

२.४.१ विनिमय नियंत्रणाची उद्दिष्टे :

विनिमय नियंत्रणाचा अवलंब करण्यामागे अनेक उद्दिष्टे आहेत. परकीय विनिमय नियंत्रणाची काही प्रमुख उद्दिष्टे पुढीलप्रमाणे आहेत.

१) चलन अतिमूल्यन :

देशाच्या चलनाचे मूल्य मुक्त बाजारात ठरणाऱ्या पातळीपेक्षा अधिक ठेवण्याची सरकारची इच्छा असते. हे उद्दिष्ट साध्य करण्यासाठी सरकारकडून विनिमय नियंत्रण व्यवस्थेचा आश्रय घेतला जातो. चलनाचे अतिमूल्यन करण्यामागे अनेक कारणे आहेत. जर कोणत्याही विकसनशील देशास त्यांच्या औद्योगिक विकासासाठी परकीय देशाकडून फार मोठ्या प्रमाणात यंत्रे, सुटे भाग, कच्चा माल वगैरेंची आयात करण्याची इच्छा असेल तर तो देश सर्वसाधारणपणे आपल्या चलनासाठी उच्च विनिमय दर ठरवितो. त्यामुळे आयातीसाठीचा खर्च कमी राहतो. तसेच एखाद्या देशास इतर देशांकडून घेतलेले कर्ज फेडावयाचे असेल तर अशा देशांच्या दृष्टीने चलन अतिमूल्यन (over-valuation) फायदेशीर ठरते.

२) चलन अधोमूल्यन :

काही वेळा देश आपल्या चलनाचे विनिमय मूल्य (किंवा विनिमय दर) समतोल मूल्याच्या पातळीपेक्षा खालच्या पातळीला ठरवितात. चलन अधोमूल्यन देशाच्या निर्यातीस प्रोत्साहन देते आणि आयातीस नाउमेद करते. तसेच देशाचा व्यवहारतोल देशाच्या दृष्टीने अनुकूल होतो. चलन अधोमूल्यनाचे धोरण ज्यांचा जागतिक व्यापारातील सहभाग अतिशय मर्यादित आहे अशा लहान देशांच्या बाबतीत यशस्वी ठरते.

३) व्यवहारातोलातील असमतोल दुरुस्त करणे :

व्यवहारतोलातील तुट दुरुस्त करण्यासाठी देशास आयातीस लगाम घालण्याची गरज असते. हे साध्य करण्यासाठी निर्यातदारांनी मिळविलेल्या परकीय चलनाचा वस्तूंच्या आयातीसाठी वापर करण्यास योग्य विनिमय नियंत्रणाद्वारे अटकाव करणे आवश्यक असते. आयात धोरणाच्या परिणामकारक अंमलबजावणीसाठी विनिमय नियंत्रण आवश्यक आहे.

४) भांडवलाचे पलायन रोखणे :

मुक्त विनिमय व्यवस्थेत भांडवल मोठ्या प्रमाणात देशाबाहेर जाण्याचा धोका असतो. त्यामुळे देशाची अर्थव्यवस्था दुबळी होण्याची शक्यता असते. विनिमय नियंत्रणामुळे भांडवलाचे पलायन (Flight of Capital) रोखणे शक्य होते. विनिमय नियंत्रणाद्वारे सरकार परकीय चलनाच्या विक्रीवर निर्बंध घालते.

५) विनिमय दराचे स्थैर्य राखणे :

मुक्त विनिमय बाजारात विनिमय दर ही चढउतार होणारी बाब असते. याचाच अर्थ विनिमय दरात मोठ्या प्रमाणात चढउतार होत असतात. सरकार विनिमय दर स्थिर करण्यासाठी विनिमय नियंत्रण उपायांचा अवलंब करते. विनिमय नियंत्रणाच्या धोरणाच्या आधारे सरकार विनिमय दर एका विशिष्ट पातळीला स्थिर करू शकते.

६) देशांतर्गत उद्योगांना संरक्षण देणे :

देशांतर्गत उद्योगांना परकीय स्पर्धेपासून संरक्षण देणे हेही विनिमय नियंत्रणाचे उद्दिष्ट असते. आयात नियंत्रणाद्वारे परकीय व्यापाऱ्यांच्या स्पर्धेस अटकाव करून देशांतर्गत उद्योगांना संरक्षण दिले जाते. आयात कमी करून देशांतर्गत उद्योगांच्या वाढीला सरकार मदत करते.

७) अनावश्यक आयातीस आळा घालणे :

अनावश्यक आयातीस आळा घालणे हेही विनिमय नियंत्रणाचे एक उद्दिष्ट आहे. विनिमय नियंत्रण सत्ता परकीय विनिमय नियंत्रणाद्वारे अनावश्यक, चैनीच्या व घातक वस्तूंच्या आयातीस अटकाव करते. केवळ जीवनावश्यक वस्तूंच्या आयातीसाठीच परवाने दिले जातात. त्यामुळे परकीय चलनाचा चांगल्या प्रकारे उपयोग केला जातो.

८) नियोजन प्रक्रियेस मदत करणे :

अनावश्यक आणि निरुपयोगी स्वरूपाच्या आयातीवरील खर्च नियंत्रित करून आणि निर्यात प्रवाहास उत्तेजन देऊन विनिमय नियंत्रण नियोजन प्रक्रियेस मदत करते. विनिमय नियंत्रण सत्ता कच्चा माल, भांडवली वस्तू, तंत्रज्ञान वगैरेंच्या आयातीसाठी दुर्मीळ परकीय चलन उपलब्ध करते. योजनेतील प्रकल्प राबविण्यासाठी अशी आयात आवश्यक असते.

९) परकीय चलन मिळविणे :

देशाच्या सरकारसाठी पुरेसे परकीय चलन मिळविणे हेही विनिमय नियंत्रणाचे उद्दिष्ट असू शकते. जर विशिष्ट परकीय चलनाची टंचाई असेल तर अशा स्थितीत आवश्यक व न टाळता येण्याजोग्या वस्तूंच्या आयातीसाठीच चलन उपलब्ध करून दिले जाते. तसेच सरकार निर्यातदारांनी मिळविलेले सर्व परकीय चलन ताब्यात घेऊ शकते.

१०) परकीय कर्जाची परतफेड करणे :

परकीय कर्जाचे मुद्दल आणि कर्जावरील व्याजाची परतफेड करण्यासाठी परकीय चलन मिळविणे आणि त्याचे संधारण करणे हेही विनिमय नियंत्रणाचे एक उद्दिष्ट आहे.

११) मंदीचा प्रसार रोखणे :

आंतरराष्ट्रीय आर्थिक संबंधाद्वारे मोठ्या देशातील मंदी इतर देशात पसरू शकते. विनिमय नियंत्रण आयात व निर्यातीवरील नियंत्रणाद्वारे अशा प्रकारचा मंदीचा प्रसार रोखू शकते.

२.४.२ विनिमय नियंत्रणाच्या पद्धती :

प्रत्यक्ष पद्धती व अप्रत्यक्ष पद्धती अशा विनिमय नियंत्रणाच्या दोन पद्धती आहेत. त्यांचे स्पष्टीकरण पुढीलप्रमाणे :

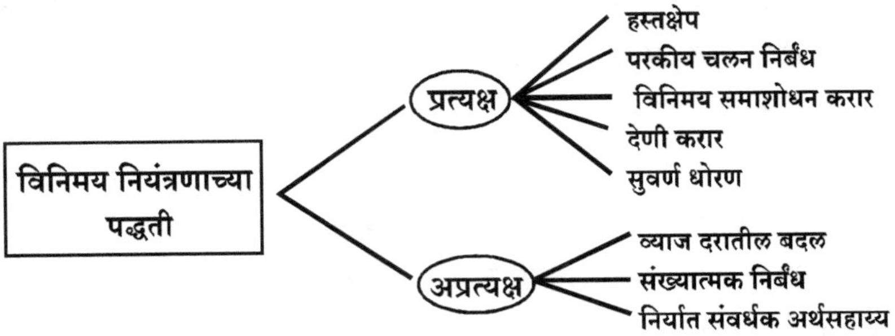

आकृती २.३ : विनिमय नियंत्रणाच्या पद्धती

अ) विनिमय नियंत्रणाच्या प्रत्यक्ष पद्धती :

विनिमय दरावर प्रभावी नियंत्रण ठेवण्यासाठी सरकारने अवलंबिलेल्या साधनांचा समावेश विनिमय नियंत्रणाच्या प्रत्यक्ष पद्धतीत होतो. प्रत्यक्ष विनिमय नियंत्रणात परकीय विनिमयावर सर्व बाजूने तत्परतेने प्रत्यक्ष नियंत्रणे घालू शकतील असे उपाय योजले जातात. विनिमय नियंत्रणाच्या प्रत्यक्ष पद्धतीत पुढील पद्धतींचा समावेश होतो.

१) हस्तक्षेप (Intervention) :

हस्तक्षेप म्हणजे परकीय चलनाच्या संदर्भात देशाच्या चलनाचे अतिमूल्यन किंवा अधोमूल्यन करण्यासाठी विनिमय बाजाराच्या मुक्त कार्यात सरकारचा हस्तक्षेप होय. या पद्धतीस 'विनिमय दर कीलन (खिळवणूक) (pegging exchange rates) असे म्हणतात. जेव्हा सरकार परकीय चलन बाजारात असलेल्या विनिमय दरापेक्षा आपल्या चलनाचा दर वरच्या पातळीला ठेवते तेव्हा त्यास वरचे कीलन (pegging up) असे म्हणतात. याउलट जेव्हा सरकार आपल्या चलनाचा दर परकीय चलन बाजारात असलेल्या विनिमय दरापेक्षा खालच्या पातळीवर ठेवते तेव्हा त्यास खालचे कीलन (pegging down) असे म्हणतात. कीलन (खिळवणूक) म्हणजे चलनाचे विनिमय मूल्य स्थिर राखणे होय. वरील दोन बाबींच्या बाबतीत हस्तक्षेप म्हणजे स्थिर दराने परकीय चलनाच्या बदल्यात देशाच्या चलनाची विक्री किंवा खरेदी होय. परकीय चलन बाजारातील सरकारच्या हस्तक्षेपामुळे परकीय चलनाच्या मागणी व पुरवठ्याच्या प्रवाहाचा प्रभाव नाहीसा होतो. सरकारचा हस्तक्षेप हा तात्पुरत्या स्वरूपाचा असून तो विनिमय दरातील चढउतार रोखण्यासाठी असल्याचे गृहीत धरले जाते.

२) परकीय चलन निर्बंध (Exchange Restriction) :

परकीय चलन निर्बंध म्हणजे ज्याद्वारे परकीय चलन बाजारात देशी चलनाचा प्रवाह सक्तीने कमी करण्यासाठी सरकारने अवलंबिलेले उपाय किंवा धोरण होय. परकीय चलन निर्बंधासाठी पुढील काही गोष्टी केल्या जातात.

अ) सरकार परकीय चलनाचा सर्व व्यापार स्वतःकडे किंवा केंद्रीय सत्तेकडे (बहुदा मध्यवर्ती बँक) केंद्रित करू शकते.

ब) सरकार आपल्या परवानगीशिवाय परकीय चलनाबरोबरील देशातील चलनाच्या विनिमयास प्रतिबंध घालते.

क) सरकार त्यांच्या एजन्सीमार्फत सर्व परकीय चलनाचे व्यवहार करण्याचा आदेश देऊ शकते.

परकीय चलन निर्बंध विविध प्रकारचे असतात. त्यापैकी काही महत्त्वाचे प्रकार पुढीलप्रमाणे :

i) अवरुद्ध खाते (Blocked Accounts)

जेव्हा परकीय चलनाच्या दुर्मीळतेच्या समस्येस तोंड द्यावे लागते तेव्हा सरकार भांडवलाच्या निर्यातीवर किंवा परकीय देशाकडे निधी पाठविण्यावर निर्बंध घालते. अशा प्रकारचे पाऊल स्थूलमानाने युद्धकाळात उचलले जाते. या तंत्रानुसार सरकार परकीयांच्या बँकेतील खात्यांवर निर्बंध घालून अशा खात्यातून पैसे काढण्यास मज्जाव करते. काही वेळा परकीयांच्या वैयक्तिक खात्यावर असलेली संपूर्ण रक्कम अवरुद्ध खात्यात टाकली जाते. परकीय अवरुद्ध खात्यातून पैसे काढू शकत नाहीत आणि त्यांच्या स्वतःच्या देशाकडे पैसे पाठवू शकत नाहीत. सरकार परकीयांना अवरुद्ध खात्यातून पैसे काढण्यास परवानगी तेव्हाच देते जेव्हा त्यांची आपल्या देशात पैसे खर्च करण्याची इच्छा असते. मात्र, परकीयांचे खाते जर अशा प्रकारे अवरुद्ध केले तर परकीय चलनाच्या बाबतीत काळाबाजार होण्याची शक्यता असते. अवरुद्ध खाते या साधनाचा वापर करणारा जर्मनी हा पहिला देश असून त्याने दुसऱ्या महायुद्धाच्या काळात याचा वापर केला.

ii) बहुविध विनिमय दर (Multiple Exchange Rates) :

जेव्हा देश वेगवेगळ्या वस्तूंच्या आयात व निर्यातीसाठी वेगवेगळे विनिमय दर ठरविते तेव्हा त्यास 'बहुविध विनिमय दर पद्धती' असे म्हणतात. देशाचे सरकार एकच विनिमय दर स्वीकारण्याऐवजी विविध वस्तू आणि विविध देशांसाठी विनिमय दराची मालिका ठरविते. या पद्धतीचे प्रमुख उद्दिष्ट निर्यातीत वाढ आणि आयातीत घट करून परकीय चलनाची प्राप्ती वाढविणे हे असते. आयातीत घट व निर्यातीत वाढ करून व्यवहातोलाचा समतोल साध्य करण्याचा प्रयत्न या पद्धतीद्वारे केला जातो.

ही पद्धती १९३०च्या जागतिक महामंदीच्या काळात प्रथम लॅटिन अमेरिकेने वापरली. त्यानंतर जर्मनीनेही या पद्धतीचा अवलंब केला. बहुविध विनिमय दर पद्धती ही गुंतागुंतीची पद्धती आहे.

३) विनिमय समाशोधन करार (Exchange Clearing Agreement) :

विनिमय नियंत्रणाच्या या पद्धतीत व्यापारात सहभागी असलेले दोन देश ज्याद्वारे आयात व निर्यातीसाठीच्या देणे रकमा निष्कासित केल्या जातील असे खाते आपापल्या मध्यवर्ती बँकेत स्थापन करण्यास सहमत होतात. या व्यवस्थेत दोन देशांचे आयातदार आयात केलेल्या वस्तूच्या देणे रकमा परकीय चलनात न देता त्या-त्या देशाच्या समाशोधन खात्यात ठेवलेल्या देशांतर्गत चलनात देतात. विनिमय समाशोधन करारामुळे निर्यातदार किंवा आयातदारांना कोणत्याही प्रकारे परकीय चलनाची गरज भासत नाही. जर दोन देशांची आयात व निर्यात समान असेल तर अडचण निर्माण होत नाही. मात्र, समाशोधन करारात सहभागी झालेल्या दोन देशांची आयात व निर्यात एक दुसऱ्याबरोबर झाली पाहिजे असे नाही. अशा स्थितीत समाशोधन खात्यातील निव्वळ शेष (balance) सोन्याच्या रूपात चुकता केला जातो. विनिमय समाशोधन करार प्रथम १९३० मध्ये जर्मनी आणि स्वित्झर्लंड या देशात झाला.

४) देणी करार (Payments Agreement) :

देणी करार हा द्विपक्षीय कराराचा आणखी एक नमुना आहे. मात्र, त्यांची व्याप्ती समाशोधन करारापेक्षा मोठी आहे. व्यापारी व्यवहारांबरोबरच जहाज वाहतूक आकार, कर्ज सेवा, पर्यटन वगैरे व्यवहारतोलात प्रतिबिंबित होणाऱ्या विविध सेवा व्यवहारांचा देणी करारात समावेश होतो. देणी करार सर्वसाधारणपणे एका देशाने दुसऱ्या देशाकडून घेतलेल्या कर्जाच्या परतफेडीसाठी केले जातात.

देणी करार दोन देशात होतात आणि त्यापैकी एक देश धनको व दुसरा देश ऋणको असतो. या कराराखाली ऋणको देशाकडून धनको देशास कर्जाची परतफेड करण्यासाठी म्हणजेच मुद्दल देणे व कर्जावरील व्याज देणे यासाठी तरतूद केली जाते. या कराराखाली धनको देशास ऋणको देशाच्या आयातीवर निर्बंध घालण्याची परवानगी नसते. जर धनको देशाने ऋणको देशाकडून होणाऱ्या वस्तूंच्या आयातीवर निर्बंध घातले तर ऋणको देशास कर्जाची परतफेड करणे शक्य होत नाही. ऋणको देशाने धनको देशाकडून होणारी वस्तूंची आयात कमीत कमी राहील असा प्रयत्न केला पाहिजे. ऋणको देश धनको देशास होणारी वस्तूंची निर्यात वाढावी यासाठी निर्यातदारांना प्रोत्साहन देतात.

५) सुवर्ण धोरण (Gold Policy) :

देश योग्य सुवर्ण धोरणाच्या आधारे अपेक्षित विनिमय नियंत्रण करू शकतो. त्यासाठी देश त्याच्या चलनाच्या विनिमय दरावर परिणाम करणाऱ्या सोन्याच्या खरेदी व विक्रीच्या हस्तकुशलतेवर (manipulation) भर देतात. १९३६ मध्ये यु.के., फ्रांस आणि यु.एस.ए. या देशांनी सोन्याची योग्य खरेदी किंमत व विक्री किंमत ठरविण्याच्या दृष्टीने त्रिपक्षीय करारावर सही केली.

ब) विनिमय नियंत्रणाच्या अप्रत्यक्ष पद्धती (Indirect Methods of Exchange Control) :

विनिमय नियंत्रणाच्या प्रत्यक्ष पद्धतीबरोबरच अप्रत्यक्ष पद्धतीही आहेत. विनिमय दरावर परिणाम करणाऱ्या विनिमय नियंत्रणाच्या अप्रत्यक्ष पद्धती पुढीलप्रमाणे आहेत.

१) व्याज दरातील बदल (Changes in Interest Rates) :

देशातील व्याज दरातील बदल अप्रत्यक्षपणे त्याच्या परकीय विनिमय दरावर प्रभाव पाडतात. जेव्हा देशातील व्याज दरात वाढ होते तेव्हा त्यामुळे इतर देशाकडून भांडवल निधी आकर्षिला जातो. तसेच इतर देशात जाणाऱ्या देशांतर्गत निधीला आळा बसतो. त्यामुळे देशाचा निधी स्वतःच्या देशातच राहतो. या सर्वांमुळे देशाच्या चलनाच्या मागणीत वाढ होऊन विनिमय दर त्या देशास अनुकूल होतो. व्याज दरातील घटीमुळे या परिणामाच्या विरोधी परिणाम घडून येतात.

२) संख्यात्मक निर्बंध (Quantitative Restrictions) :

संख्यात्मक निर्बंधात आयात निर्बंध, आयात कोटा, आयात बंदी आणि राज्य व्यापार महामंडळाची खरेदीविषयक धोरणे यांचा समावेश होतो. या सर्वांमुळे आयातीला आळा बसतो. संख्यात्मक आयात नियंत्रणे वस्तूच्या आयातीच्या परिमाणात किंवा मूल्यात घट करतात. आयात कोटा हे आणखी एक साधन असून याद्वारे वस्तूच्या विशिष्ट संख्येची आयात शुल्कविरहित केली जाते व त्या संख्येपेक्षा जास्त आयातीवर आयात शुल्क आकारले जाते. राज्य व्यापार महामंडळास काही वस्तूंच्या बाबतीत आयात मक्तेदारी बहाल केली जाते. ते आयात वस्तूच्या संख्येचे विनिमयन करते. अशा प्रकारच्या संख्यात्मक निर्बंधाचे ध्येय प्रतिकूल व्यवहारतोल दुरुस्त करण्यासाठी विनिमय दर देशाच्या दृष्टीने अनुकूल करणे हे असते.

३) निर्यात संवर्धक अर्थसहाय्य (Export Bounties) :

निर्यात संवर्धक अर्थसहाय्यामुळे निर्यातीत वाढ होते. अर्थसहाय्य देणाऱ्या देशाच्या चलनाच्या बाह्य मूल्यात वाढ होते. परकीय चलनाचे संवर्धन करण्याच्या हेतूने जर निर्यातीस अर्थसहाय्य दिले असेल तर ते विनिमय नियंत्रणाचे अप्रत्यक्ष साधन मानले जाते. अन्यथा निर्यात अर्थसहाय्याचे मूलभूत ध्येय निर्यातीस प्रोत्साहन देणे हे असते. सरकारकडे अर्थसहाय्य देण्यासाठी पुरेसा निधी असेल तरच निर्यात अर्थसहाय्य मोठ्या प्रमाणात देता येईल अन्यथा पुरेशा प्रमाणात निर्यात अर्थसहाय्य उपलब्ध करण्यास मर्यादा पडतात.

प्रश्न

प्र. १. खालील प्रश्नांची वीस शब्दात उत्तरे लिहा.

१) परकीय चलन बाजार म्हणजे काय ?

२) बचाव म्हणजे काय ?

३) विकल्प किंवा पर्याय म्हणजे काय ?

४) वायद्याचे सौदे म्हणजे काय ?

५) अदलाबदल म्हणजे काय ?

६) मूल्यांतर पणन म्हणजे काय ?

७) विनिमय दर म्हणजे काय ?

८) व्यवहार जोखीम म्हणजे काय ?

९) आर्थिक जोखीम म्हणजे काय ?

१०) स्थानांतरण जोखीम म्हणजे काय ?

११) विनिमय नियंत्रण म्हणजे काय ?

प्र. २. खालील प्रश्नांची सविस्तर उत्तरे लिहा.

१) परकीय चलन बाजाराचे घटक स्पष्ट करा.

२) परकीय चलन बाजारातील व्यवहार स्पष्ट करा.

३) आंतरराष्ट्रीय बाजारपेठेतील जोखमीचे प्रकार स्पष्ट करा.

४) विनिमय दर निश्चितीचा खरेदीशक्ती समानता सिद्धांत स्पष्ट करा.

५) विनिमय दर निश्चितीचा व्यवहारतोल सिद्धांत स्पष्ट करा.

६) विनिमय दर निश्चितीचा चलनविषयक दृष्टीकोन किंवा चलनविषयक प्रतिमान स्पष्ट करा.

७) विनिमय नियंत्रण म्हणजे काय ? विनिमय नियंत्रणाची उद्दिष्टे स्पष्ट करा.

८) विनिमय नियंत्रणाच्या पद्धती स्पष्ट करा.

* * *

प्रकरण ३

आंतरराष्ट्रीय भांडवल प्रवाह
(International Capital Flows)

३.० प्रास्ताविक (Introduction) :

आंतरराष्ट्रीय भांडवल प्रवाह (वित्तीय प्रवाह) म्हणजे एका देशातून दुसऱ्या देशात भांडवलाचा अंतर्वेशी प्रवाह (inflow) आणि बहि:प्रवाह (outflow) होय. यात प्रत्यक्ष आणि रोखासंग्रह गुंतवणूक, सरकारी, संस्थात्मक व खासगी भांडवल, अल्पकालीन व दीर्घकालीन भांडवल आणि देशांतर्गत व परकीय भांडवल यांचा समावेश आहे. परकीय भांडवल देशातील गुंतवणुकीची पातळी वाढविण्याच्या बाबतीत महत्त्वपूर्ण भूमिका बजावते. परकीय भांडवलामुळे देशातील भांडवलाची कमतरता दूर होण्यास काही प्रमाणात मदत होते. तसेच परकीय व्यापार वाढण्यासही परकीय भांडवलाची मदत होते. व्यवहारतोल असमतोल दुरुस्त करण्यासाठी किंवा देशातील उत्पादन सीमा विस्तारण्यासाठी एका देशातून दुसऱ्या देशात वितीय संसाधनांची हालचाल किंवा प्रवाह म्हणजे आंतरराष्ट्रीय भांडवल प्रवाह किंवा हालचाल होय. आंतरराष्ट्रीय भांडवली हालचालींवर व्याज दर, कर धोरण, परकीय विनिमय नियंत्रण असे अनेक घटक परिणाम करतात.

प्रस्तुत प्रकरणात आंतरराष्ट्रीय भांडवल प्रवाहाचे वर्गीकरण, परकीय भांडवलाचे महत्त्व आणि भूमिका, डी–डॉलरायझेशनची संकल्पना, आंतरराष्ट्रीय भांडवली हालचालींवर परिणाम करणारे घटक, रुपयाची चालू आणि भांडवली खाते परिवर्तनीयता, परकीय चलन व्यवस्थापन कायदा १९९९–उद्दिष्टे आणि वैशिष्ट्ये याविषयी स्पष्टीकरण दिले आहे.

३.१ आंतरराष्ट्रीय भांडवल प्रवाहाचे वर्गीकरण (Classification of International Capital Flows) :

आंतरराष्ट्रीय भांडवल प्रवाह (वित्तीय प्रवाह) म्हणजे एका देशातून दुसऱ्या देशात भांडवलाचा अंतर्वेशी प्रवाह (inflow) आणि बहि:प्रवाह (outflow) होय. आंतरराष्ट्रीय भांडवल प्रवाहाचे वर्गीकरण पुढीलप्रमाणे :

३.१.१ प्रत्यक्ष आणि रोखासंग्रह गुंतवणूक (Direct and Portfolio Investment) :

खासगी गुंतवणुकीचे परकीय प्रत्यक्ष (थेट) गुंतवणूक आणि परकीय रोखासंग्रह गुंतवणूक असे दोन प्रकार पडतात.

३.१.१.१ परकीय प्रत्यक्ष (थेट) गुंतवणूक (Foreign Direct Investment) :

परकीय प्रत्यक्ष (थेट) गुंतवणूक म्हणजे भांडवल आयात करणाऱ्या देशांचे कारखाने उभारणे आणि वीज, बंदरे अशा पायाभूत सुविधा यासारख्या भौतिक किंवा वास्तविक भांडवल निर्मितीतील गुंतवणूक होय. हे अनेक प्रकारे केले जाते. भांडवल निर्यातदार देशात अल्पविकसित देशातील व्यापार व उद्योग चालविण्यासाठी कंपन्या किंवा महामंडळांची स्थापना केली जाते. त्यांचे मुख्य कार्यालय गुंतवणूकदार देशात असते व व्यवहार विकसनशील देशात असतात. दुसरी पद्धती म्हणजे अस्तित्वातील कंपन्या इतर देशात आपल्या शाखा सुरू करून आपला व्यवसाय वाढवितात. तसेच परकीय व्यवसायसंस्था भारतीय व्यवसायसंस्थांच्या सहकार्याने देशात उद्योगधंदे सुरू करू शकतात. अशा प्रकारची गुंतवणूक ही विशेष लाभदायक असते. विकसनशील देशात भांडवलाची कमतरता असल्याने भांडवलाच्या बाबतीतील ही उणीव दूर करण्यासाठी परकीय प्रत्यक्ष गुंतवणूक उपयोगी पडते.

परकीय प्रत्यक्ष गुंतवणुकीचे लाभ :

परकीय प्रत्यक्ष गुंतवणुकीमुळे अनेक लाभ किंवा फायदे मिळतात. त्यांची माहिती पुढीलप्रमाणे :

१) करदात्यावर भार पडत नाही :

परकीय कर्जामुळे जसा करदात्यावर भार किंवा बोजा पडतो तसा तो परकीय प्रत्यक्ष गुंतवणुकीमुळे पडत नाही. याचे कारण यावर निश्चित स्थिर दराने व्याज द्यावे लागत नाही. परकीय गुंतवणूकदारांना व्याजाऐवजी नफा मिळतो.

२) भांडवली साधनसामग्रीचा कार्यक्षम वापर :

खासगी गुंतवणुकीत गुंतवणूकदार नफ्याच्या हेतूने प्रेरित झालेला असतो. त्यामुळे तो अतिशय काळजीपूर्वक व्यवहार करतो. त्यातून भांडवली साधनसामग्रीचा कार्यक्षम रीतीने वापर केला जातो.

३) नवीन तंत्रज्ञान व आधुनिक कौशल्याचा वापर :

परकीय कंपन्यांच्या प्रत्यक्ष गुंतवणुकीद्वारे विकसनशील देशात नवीन तंत्रज्ञान, आधुनिक कौशल्ये, नवप्रवर्तन व नवीन कल्पना यांचा अवलंब केला जातो. विकसनशील देशांत मागासलेल्या तंत्रज्ञानाचा व कौशल्याचा अवलंब केला जात असल्याने त्यांना अशा गुंतवणुकीपासून अधिक फायदा होतो. स्थानिक उद्योजक अनुकरण करून आधुनिक तंत्रज्ञानाचा अवलंब ज्यात केला जातो, असे उद्योगधंदे सुरू करू शकतात. अशा प्रकारे विकसनशील देशात आधुनिक तंत्रज्ञानाचे स्थानांतर करण्याचे परकीय प्रत्यक्ष गुंतवणूक हे साधन आहे.

४) नफ्याच्या काही भागाची गुंतवणूक :

परकीय प्रत्यक्ष गुंतवणुकीचा आणखी एक फायदा असा की, या गुंतवणुकीपासून मिळणाऱ्या नफ्याचा काही भाग पुन्हा व्यवसायात टाकला जातो. रोखारूपी गुंतवणुकीप्रमाणे तो देशातून पूर्णपणे काढून घेतला जात नाही किंवा त्याचे नि:सारण होत नाही. नफ्याचा वापर आधुनिकीकरण किंवा विस्तारासाठी केला जातो किंवा त्या क्षेत्रात पूरक उद्योग सुरू करण्यासाठी केला जातो. त्यामुळे त्याचा विकसनशील देशांना फायदा मिळतो.

५) व्यवहारतोलात सुधारणा :

परकीय प्रत्यक्ष गुंतवणूक ही प्रामुख्याने निर्यात उद्योगात केली जाते. निर्यातीत वाढ व आयातीत घट करून अशी गुंतवणूक विकसनशील देशाच्या व्यवहारतोलात सुधारणा करण्यास मदत करते. मंदीच्या काळात अशा गुंतवणुकीचा व्यवहारतोल स्थितीवर अनुकूल परिणाम होतो कारण परकीय प्रत्यक्ष गुंतवणुकीवर मिळणारा लाभांश हा नफ्याशी संबंधित असतो. कर्जावरील व्याजाप्रमाणे तो स्थिर नसतो.

६) देशांतर्गत गुंतवणुकीस प्रेरणा :

संयुक्त सहभाग किंवा स्थानिक पूरक उद्योग या स्वरूपात परकीय प्रत्यक्ष गुंतवणूक देशांतर्गत गुंतवणुकीस प्रेरणा देते. देशांतर्गत भांडवल परकीय प्रत्यक्ष गुंतवणुकीने खुल्या केलेल्या क्षेत्रात प्रवेश करते. त्यामुळे देशांतर्गत भांडवलाचा बुजरेपणा कमी होण्यास मदत होते.

७) उत्पादक क्षमतेत भर :

परकीय प्रत्यक्ष गुंतवणुकीमुळे भांडवल आयात करणाऱ्या देशाच्या उत्पादक क्षमतेत वास्तव स्वरूपात भर पडते. अशा स्वरूपातील भांडवलाचा अनुत्पादक कारणासाठी वापर केला जाण्याची शक्यता नसते.

८) पायाभूत सुविधात गुंतवणूक :

प्रत्यक्ष परकीय भांडवलाचा एक फायदा असाही आहे की, ते वीज, बंदरांचा विकास अशा पायाभूत सुविधांत गुंतवणूक करण्यास प्रेरणा देता येऊ शकते. पायाभूत सुविधांच्या कमतरतेमुळे विकसनशील देशाच्या आर्थिक वृद्धीच्या प्रक्रियेत अडथळा आलेला आहे. परकीय प्रत्यक्ष गुंतवणूक विकसनशील देशात पायाभूत सुविधांचा विकास घडवून आणण्यास मदत करते.

९) रोखारूपी गुंतवणुकीपेक्षा फायदेशीर :

परकीय प्रत्यक्ष गुंतवणूक ही रोखारूपी गुंतवणुकीपेक्षा लाभदायक आहे. परकीय संस्थात्मक गुंतवणूकदार अल्पावधीत शेअरची विक्री करून भांडवल विकसनशील देशातून बाहेर नेऊ शकतात. मात्र, परकीय प्रत्यक्ष गुंतवणुकीद्वारे स्थापन झालेल्या व्यवसायसंस्था बंद करणे सहज सोपे नसते. परकीय गुंतवणूकदारांनी उभारलेले कारखाने ते देशांतर्गत ग्राहकांना विकतात.

१०) विपणनविषयक सुविधा :

परकीय प्रत्यक्ष गुंतवणुकीचा आणखी एक फायदा असा की, याद्वारे विपणनविषयक सुविधा मोठ्या प्रमाणात उपलब्ध होतात. परकीय बहुराष्ट्रीय कंपन्या आयात व निर्यातीत सहभागी होतात. त्यांच्या जगातील वेगवेगळ्या भागांत असलेल्या युनिटच्या आधारे विविध प्रकारच्या वस्तू व सेवांची मोठ्या प्रमाणात खरेदी-विक्री करतात. भारतासारख्या निर्यात वाढविण्याची आवश्यकता असलेल्या देशाच्या दृष्टीने प्रत्यक्ष गुंतवणूक महत्त्वाची आहे.

अशा प्रकारे परकीय प्रत्यक्ष गुंतवणूक ही विकसनशील देशांच्या दृष्टीने महत्त्वाची आहे. मात्र, अशी गुंतवणूक देशात मोठ्या प्रमाणात होण्यासाठी अनुकूल गुंतवणूक वातावरण उपलब्ध करणे आवश्यक आहे. पुढील प्रकारे हे करता येणे शक्य आहे.

१) राजकीय स्थैर्य प्रस्थापित करणे.

२) जीवन व मालमत्तेची सुरक्षितता देणे.

३) नफा मिळविण्याच्या संधी उपलब्ध करणे.

४) परकीय व्यवसायसंस्था सक्तीने ताब्यात घेतल्यास योग्य भरपाई देणे.

५) नफा, लाभांश, व्याज इत्यादी पाठविण्याच्या किंवा वित्तप्रेषणाच्या सुविधा उपलब्ध करणे.

६) परकीय तंत्रज्ञ, प्रशासक यांना रोजगार देण्याची सुविधा उपलब्ध असणे.

७) खासगी परकीय व्यवसायसंस्थांवर कराचा अतिरिक्त भार पडणार नाही अशी करआकारणीची पद्धती स्वीकारणे.

८) दुहेरी कर आकारणीपासून मुक्तता करणे.

९) परकीय गुंतवणूकदाराच्या बाबतीत सर्वसाधारण मित्रत्वाची भावना असणे.

३.१.१.२ परकीय रोखारूपी गुंतवणूक (Foreign Portfolio Investment) :

रोखारूपी गुंतवणुकीस अप्रत्यक्ष गुंतवणूक असेही म्हटले जाते. परकीय रोखारूपी गुंतवणूक हा भांडवल प्रवाहाचा महत्त्वाचा प्रकार असून याखाली बँका, विमा कंपन्या यासारख्या परकीय संस्था दुसऱ्या देशाच्या कंपन्यांच्या बाँड व रोख्याची खरेदी करतात. त्यांना यातून भांडवली लाभ आणि वार्षिक लाभांश या स्वरूपात प्राप्ती मिळते. मात्र, या कंपन्यांच्या कार्यावर प्रत्यक्ष नियंत्रण नसते. पेन्शन फंड, म्युच्युअल फंड व विमा कंपन्या यांचा रोखारूपी भांडवल हालचालीत महत्त्वपूर्ण सहभाग आहे. या संस्था धोका कमी करण्यासाठी आपल्या रोखासंग्रहाचे विविधीकरण करतात.

गेल्या दोन दशकांत रोखारूपी परकीय भांडवलात वाढ झाली आहे. यास विकसनशील देशांनी स्वीकारलेले शिथिलीकरणाचे धोरण जबाबदार आहे. भारताने १९९१ मध्ये शिथिलीकरणाच्या धोरणाचा स्वीकार केला व त्यामुळे रोखारूपी भांडवल प्रवाहात वाढ झाली. विकसनशील देशातील निव्वळ भांडवल प्रवाहात एक तृतीयांश वाटा रोखारूपी भांडवलाचा आहे.

रोखारूपी भांडवल प्रवाहाचे लाभ :

रोखारूपी भांडवल, प्रवाहाचे लाभ पुढीलप्रमाणे आहेत.

१) उच्च प्राप्ती किंवा व्याज :

रोखे, समभाग (equities) आणि बाँड यामध्ये परकीय गुंतवणूकदारांनी केलेल्या खासगी रोखारूपी गुंतवणुकीवर त्यांना उच्च दराने प्राप्ती किंवा व्याज मिळते.

२) धोका कमी करणे शक्य :

परकीय रोखारूपी गुंतवणुकीमुळे गुंतवणूकदारांना धोका कमी करणे शक्य होते. गुंतवणूकदार आपल्या रोखासंग्रहाचे विविधीकरण करून गुंतवणुकीच्या बाबतीतील धोका कमी करू शकतात.

३) विकसनशील देशांची वित्तपुरवठ्याची गरज पूर्ण :

विकसनशील देशांना विकासाच्या सुरुवातीच्या काळात वित्तपुरवठ्याची मोठ्या प्रमाणात गरज असते. अशी गरज पूर्ण करण्याचे आणि त्यांना आवश्यक असलेले परकीय चलन उपलब्ध करण्याचे कार्य खासगी रोखारूपी भांडवल प्रवाहाद्वारे केले जाते.

४) खासगी देशांतर्गत कंपन्यांना भांडवल उपलब्ध :

विकसनशील देशात भांडवलाची कमतरता असते. त्यामुळे अशा देशांतील खासगी कंपन्यांना पुरेसे भांडवल उपलब्ध होत नाही. खासगी रोखारूपी भांडवल प्रवाहाद्वारे खासगी देशांतर्गत कंपन्यांना भांडवल उपलब्ध होते.

अशा प्रकारे खासगी रोखारूपी भांडवल प्रवाह विकसनशील देशांच्या दृष्टीने महत्त्वाचा आहे. मात्र, त्यांचा योग्य पातळीत विनिमय दर राखणे, व्यवहारतोलातील तूट नियंत्रित करणे, चलनवाढीचा दर नियंत्रित करणे, योग्य प्रकारच्या चलनविषयक धोरणाचा अवलंब करणे यासारख्या विकसनशील देशातील रचनात्मक बदलांना हा पर्याय ठरत नाही.

३.१.२ सरकारी, संस्थात्मक आणि खासगी भांडवल (Government, Institutional and Private Capital) :

सरकारी भांडवल एखाद्या देशाच्या सरकारद्वारे परदेशातून कर्ज देणे आणि कर्ज घेण्याचा संदर्भ देते. याउलट, खासगी व्यक्ती आणि संस्थांनी परकीय लोकांना दिलेली कर्जे आणि त्यांनी परदेशातून घेतलेले कर्ज हे खासगी भांडवल दर्शवते. एका देशातून दुसऱ्या देशात खासगी भांडवल हस्तांतरणाची हमी अनेकदा कर्ज घेणाऱ्या देशाच्या सरकारी किंवा मध्यवर्ती बँकेद्वारे दिली जाते. खासगी भांडवल, विशेषतः निधीद्वारे, सार्वजनिक बाजारात उपलब्ध नसलेल्या मालमत्तेमधील गुंतवणुकीची संज्ञा आहे. खाजगी भांडवल म्हणजे एखाद्या व्यक्तीचा किंवा कंपनीचा खासगी पैसा होय. संस्थात्मक भांडवल बँकेसारख्या संस्थामार्फत उपलब्ध होते. खासगी भांडवल किंवा निधी मिळविण्याची प्रक्रिया संस्थात्मक भांडवल मिळविण्यापेक्षा सामान्यतः सोपी असते.

३.१.३ अल्पकालीन आणि दीर्घकालीन भांडवल (Short term and long-term Capital):

अल्प-मुदतीचे भांडवल अशा पत साधनामध्ये अंतर्भूत असते जे एका वर्षाच्या आत प्रतिदेय किंवा परतफेड करता येते. उदाहरणार्थ, परदेशातील बँकेत चेक योग्य बँक ठेवी हे अल्पकालीन भांडवल असते. त्याचप्रमाणे एका वर्षात परिपक्व होणारे परकीय बंधपत्र किंवा बाँडचा देखील अल्पकालीन भांडवलात समावेश होतो. अल्प-मुदतीच्या भांडवलाच्या हालचाली सहसा सट्टा स्वरूपाच्या असतात.

दीर्घकालीन भांडवल, अशा पत साधनांशी संबंधित असते की, ज्यांचा परिपक्वता कालावधी एक वर्षापेक्षा जास्त आहे किंवा अजिबात परिपक्वता नाही परंतु मालकीचे शीर्षक आहे, जसे की स्टॉक आणि इतर इक्विटीचा हिस्सा किंवा मालमत्तेचा करार. दीर्घकालीन भांडवलाचा प्रवाह ठराविक कालावधीत शाश्वत आणि स्थिर असतो.

३.१.४ देशांतर्गत आणि परकीय भांडवल (Domestic and Foreign Capital):

देशाच्या रहिवाशांनी परदेशात केलेली गुंतवणूक गृह किंवा देशांतर्गत भांडवल दर्शवते. उलटपक्षी, परकीय लोकांनी स्वदेशात केलेली गुंतवणूक ही परकीय भांडवल दर्शवते. परकीय भांडवल हा शब्द प्रामुख्याने परकीय देशांतून परकीय भांडवलाच्या देशात येण्याशी संबंधित आहे. पहिल्या प्रकारात, देशातून परदेशात भांडवलाची हालचाल आहे आणि नंतरच्या प्रकारात, परदेशातून स्वदेशात भांडवलाची हालचाल आहे.

३.१.५ परकीय मदत (Foreign Aid)

परकीय साहाय्य किंवा मदत यात दुर्लभ व अल्पव्याजाने मिळणारे, रोख किंवा वस्तूंच्या आणि आंतर सरकारे अनुदाने या स्वरूपातील सार्वजनिक परकीय भांडवलाचा समावेश होतो. देशाला उपलब्ध होणाऱ्या परकीय भांडवलात काही भाग हा साहाय्य किंवा मदत या स्वरूपात असतो.

परकीय भांडवलातील साहाय्य या स्वरूपात म्हणजेच सवलतीच्या दराने कर्ज या स्वरूपात मिळणाऱ्या भांडवलाचा भागही महत्त्वाचा आहे. यास परकीय साहाय्य किंवा बाह्य साहाय्य म्हटले जाते. एकूण परकीय भांडवलात याचा वाटा फार मोठा आहे. परकीय साहाय्यात अल्प व्याजाने किंवा सवलतीने मिळणारे कर्ज, आंतर सरकारे अनुदाने

यांचा समावेश होतो. भारताला मिळणाऱ्या परकीय साहाय्यात यांचा वाटा मोठा आहे. इतर साहाय्य व कर्जाचा वाटा फारच अल्प आहे. तसेच अनुदाने या घटकाचा वाटा कमी याचाच अर्थ भारताच्या दृष्टीने परकीय साहाय्यात कर्जाचा वाटा खूपच मोठा आहे. असे कर्ज हे श्रीमंत विकसित देश आंतरराष्ट्रीय पातळीवरील संस्था यांच्याकडून उपलब्ध होते.

सार्वजनिक परकीय गुंतवणूक (Public Foreign Investment) :

सार्वजनिक परकीय भांडवल प्रामुख्याने पुढील चार प्रकारचे असते.

१) द्वि–पक्षीय दुर्लभ कर्ज (Bilateral hard loans) :

अल्पविकसित देशांना विकसित देशांशी केलेल्या करारांना अनुसरून अशा देशांकडून कर्ज मिळते. भारत सरकारला ब्रिटिश सरकारकडून पौंड, स्टर्लिंगमध्ये मिळालेले कर्ज म्हणजे द्वि–पक्षीय दुर्लभ कर्ज होय.

२) द्वि–पक्षीय अल्पव्याजी कर्ज (Bilateral soft loans) :

विकसित देशांकडून अल्पविकसित देशांना अल्प व्याजदाराने कर्ज उपलब्ध करून दिले जाते. उदा. अमेरिकेकडून PL480 खाली भारताला अन्नधान्ये व इतर शेती उत्पादनाची विक्री केली जाते.

३) बहुपक्षीय कर्ज (Multilateral loans) :

जागतिक बँक, आंतरराष्ट्रीय वित्त महामंडळ (International Finance Corporation - IFC), आंतरराष्ट्रीय विकास संस्था (International Development Association - IDA), संयुक्त राष्ट्र विकास कार्यक्रम (United Nations Development Programme - UNDP) वगैरे विविध संस्थांकडून उपलब्ध करण्यात येणारे कर्ज हे बहुपक्षीय कर्ज या प्रकारात मोडते.

४) आंतर–सरकार अनुदाने (Intergovernmental Grants) :

एका देशाच्या सरकारने दुसऱ्या देशाच्या सरकारला दिलेल्या अनुदानांचा यात समावेश होतो.

बद्ध आणि अबद्ध किंवा विमुक्त मदत (Tied and Untied Aid) :

परकीय मदत ही बद्ध आणि अबद्ध किंवा विमुक्त स्वरूपाची असते.

बद्ध किंवा संलग्न मदत :

बद्ध किंवा संलग्न मदत म्हणजे अशी मदत की, जी स्रोत, प्रकल्प आणि वस्तू याच्याशी संलग्न असते. अमेरिकन सरकारकडून भारतास PL480 खाली मिळणारे साहाय्य, निर्यात–आयात बँकेचे कर्ज ही अशा प्रकारची मदत होय. अमेरिकन मदत कार्यक्रमात मदत मिळणाऱ्या देशाने ती मदत किंवा साहाय्य अमेरिकन वस्तू व सेवांवर खर्च करणे अपेक्षित असते. असे सर्व कर्ज अमेरिकन निर्यातीशी जोडले जाते.

स्रोताशी संलग्न मदतीचे काही तोटे आहेत. ते पुढीलप्रमाणे :

१) स्रोताशी संलग्न मदतीमुळे मदत मिळालेल्या देशाच्या प्रकल्प खर्चात मोठ्या प्रमाणात वाढ होते.

२) मदत मिळालेल्या देशांना जागतिक पातळीवर स्पर्धेने निश्चित होणाऱ्या बाजार किमतीपेक्षा अधिक किमतीस आवश्यक बाबींची खरेदी करावी लागते.

३) देणगी देणाऱ्या देशाच्या जहाजातून यंत्रसामग्री, सुटे भाग, कच्चा माल यांची वाहतूक करणे भाग पडल्यास खर्चात अधिक वाढ होते.

४) बद्ध किंवा संलग्न मदतीच्या बाबतीत अनेक बंधने व अटी असल्याने मदतीचे वास्तव मूल्य कमी होते.

५) स्रोताने बांधली गेलेली मदत ही मदत मिळणाऱ्या देशाच्या गुंतवणूक साधनसामग्रीची वाटणी विस्कळीत करते.

६) बद्ध किंवा संलग्न मदतीखाली ज्यात विशेष आयात घटक आहेत अशा म्हणजे ज्याद्वारे विशिष्ट प्रकारच्या वस्तू किंवा सेवांची आयात करावी लागेल अशा प्रकल्पासाठी मदत दिली जाते.

७) स्रोताशी बद्ध किंवा संलग्न मदतीच्या बाबतीत गुंतवणूक प्रकल्पाच्या तंत्रज्ञानाच्या निवडीस मर्यादा पडतात. मदत मिळणाऱ्या देशांना भांडवलप्रधान तंत्राचा अवलंब करण्यास भाग पाडले जाण्याची शक्यता असते. श्रमाची मोठ्या प्रमाणात उपलब्धता असलेल्या देशांच्या दृष्टीने अयोग्य तंत्राचा अवलंब करण्यास त्यांना भाग पाडले जाते.

प्रकल्प साहाय्य किंवा मदत (Project Aid) :

प्रकल्प साहाय्य किंवा मदत या स्वरूपात परकीय मदत मिळते. प्रकल्प मदत म्हणजे ज्याच्या रकमेचे वितरण विभक्त उत्पादक कार्यातील भांडवली गुंतवणुकीशी संलग्न केलेले आहे असे साहाय्य होय.

(Project aid has been defined, "as assistance whose disbursement is tied to capital investment in a separable activity.")

अशा प्रकारच्या मदतीचे फायदे किंवा लाभ पुढीलप्रमाणे आहेत.

१) मदत मिळणाऱ्या देशांना काही विशिष्ट परिस्थितीत प्रकल्प निवडीवर प्रत्यक्ष नियंत्रण ठेवता येते.

२) प्रकल्पाची रचना आणि अंमलबजावणीवर मोठ्या प्रमाणात प्रभाव पाडता येतो.

३) साहाय्य देणाऱ्यास ते घेणाऱ्या देशाच्या अर्थव्यवस्थेतील ज्या क्षेत्रातील प्रकल्पासाठी मदत देण्यात आलेली आहे त्या क्षेत्रावर प्रभाव पाडता येतो.

४) प्रकल्पाची गुणवत्ता सुधारण्यास प्रेरणा मिळते.

५) साहाय्य देणाऱ्यास मदत कार्यक्रमास प्रसिद्धी देण्याची संधी मिळते.

६) मदत मिळालेल्या देशांना ज्या क्षेत्रातील प्रकल्पासाठी वित्तपुरवठा केलेला आहे त्या क्षेत्रासंबंधी माहिती मिळविणे मदत देणाऱ्या देशांना शक्य होते.

प्रकल्प मदतीचे वरील काही फायदे असले तरी या मदतीचे काही तोटेही आहेत. ते पुढीलप्रमाणे :

१) मदत घेणाऱ्या देशांची देखभाल आयातीच्या बाबतीत पिळवणूक करण्यात आली, तर अशी मदत या देशांना उपयुक्त ठरत नाही.

२) प्रकल्पाच्या कार्यवाहीत मदत देणाऱ्या देशांकडून जेव्हा हस्तक्षेप केला जातो, तेव्हा परकीय मदत आकर्षक राहत नाही.

३) विशिष्ट प्रकल्पासाठी असलेली बद्ध किंवा संलग्न मदत ही मदत मिळणाऱ्या देशाची गुंतवणूक प्राधान्यता विस्कळीत करते. अशा देशांत महत्त्वाचे प्रकल्प पुढे ढकलावे लागतात.

४) विशिष्ट यंत्रसामग्री, साधने यास मोठ्या प्रमाणात संलग्न असलेल्या मदतीमुळे श्रमासारख्या देशांतर्गत साधनसामग्रीचा कमी प्रमाणात वापर केला जातो.

५) जेव्हा मदत घेणाऱ्या देशांना ती देणाऱ्याकडून अधिक किमतीला यंत्रसामग्री व सुटे भाग विकत घ्यावे लागतात, तेव्हा अशी प्रकल्प मदत घेणाऱ्याच्या दृष्टीने कर्जाचा वास्तव खर्च वाढविते.

विभक्त किंवा असंलग्न किंवा कार्यक्रम मदत (Untied or Programme Aid) :

परकीय मदत ही जशी बद्ध किंवा संलग्न असते तशीच ती विभक्त किंवा असंलग्नही असते. कार्लिन यांच्या मते, ''विभक्त किंवा असंलग्न किंवा कार्यक्रम मदत म्हणजे अशी मदत की, ज्याद्वारे मिळालेल्या रकमेचे वितरण एखाद्या विशिष्ट प्रकल्पासाठी केले जात नाही, तर ते मदत घेणाऱ्या देशाच्या एकूण गरजा व विकास योजनांच्या संदर्भातील विविध प्रकारच्या बाबींवरील खर्चाशी संलग्न असते.''

(Untied or programme aid has been defined by Carlin as that "assistance whose disbursement is tied to the receipent's expenditure on a wide variety of items justified in terms of the total needs and development plan of the country rather than any particular project.")

संलग्न मदतीच्या तुलनेत असंलग्न मदत ही ती घेणाऱ्याच्या दृष्टीने अधिक फायदेशीर असते. अशा विभक्त किंवा असंलग्न मदतीचे लाभ पुढीलप्रमाणे आहेत.

१) **वापराचे स्वातंत्र्य :**

विभक्त मदतीच्या बाबतीत अशी मदत घेणाऱ्यास ती वापरण्याचे स्वातंत्र्य असते. आपल्या विकास कार्यक्रमांना अनुसरून शेती, उद्योग, वाहतूक आणि इतर पायाभूत सुविधा यासाठी मदतीचा वापर करता येतो. त्यामुळे बद्ध किंवा संलग्न मदतीपेक्षा विभक्त मदत ही विकसनशील देशाच्या दृष्टीने अधिक चांगली आहे.

२) **मदतीच्या वास्तव खर्चात घट :**

कार्यक्रम मदत ही मदतीच्या वास्तव खर्चात घट करते कारण मदत घेणारा स्पर्धात्मक दराने जागतिक बाजारात आवश्यक त्या बाबी खरेदी करू शकतो.

३) **योग्य तंत्रज्ञानाचा वापर :**

संलग्न मदतीच्या तुलनेत असंलग्न किंवा विभक्त मदतीच्या बाबतीत मदत घेणारा देश अधिक चांगल्या प्रकारे तंत्रज्ञानाचा वापर करू शकतो. आपल्या देशातील घटकांची उपलब्धता लक्षात घेऊन देश योग्य तंत्रज्ञानाची निवड करू शकतो आणि साधनसामग्रीची चांगल्या प्रकारे वाटणी करू शकतो.

४) **सहकार्याची भावना वाढीस लागते :**

संलग्न मदतीपेक्षा असंलग्न मदत ही मदत घेणाऱ्या देशांच्या दृष्टीने अधिक लोकप्रिय आहे. त्यामुळे अशी मदत मिळण्यासाठी देश प्रयत्न करतात. अशा मदतीच्या बाबतीत मदत देणाऱ्या व घेणाऱ्या देशांत सहकार्य वाढीस लागते.

आर्थिक विकासासाठी परकीय मदत उपयोगी पडते. भारतासारख्या अल्पविकसित देशांकडे येणारा मदतीचा प्रवाह अनेक घटकांवर अवलंबून असतो. आर्थिक विकासासाठीची परकीय मदतीची रक्कम ठरविणारे घटक पुढीलप्रमाणे आहेत.

१) विकसित देशांकडील निधीची उपलब्धता

२) मदत घेणाऱ्या देशाची मदत सामावून घेण्याची क्षमता

३) अल्पविकसित देशातील साधनसामग्रीची उपलब्धता

४) मदत घेणाऱ्या देशाची परतफेडीची क्षमता

५) मदत घेणाऱ्या देशातील विकासासाठीचे प्रयत्न

वरील विविध घटकांवर अल्पविकसित देशांकडे येणारी परकीय मदत अवलंबून असते.

३.२ परकीय भांडवलाचे महत्त्व आणि भूमिका आणि डी–डॉलरायझेशनची संकल्पना (Importance and Role of Foreign Capital and Concept of De-dollarization) :

परकीय भांडवलाचे महत्त्व आणि भूमिका आणि डी–डॉलरायझेशनची संकल्पना याविषयी स्पष्टीकरण पुढीलप्रमाणे :

३.२.१ परकीय भांडवलाचे महत्त्व आणि भूमिका (Importance and Role of Foreign Capital) :

परकीय भांडवल देशातील गुंतवणुकीची पातळी वाढविण्याच्या बाबतीत महत्त्वपूर्ण भूमिका बजावते. परकीय भांडवलामुळे देशातील भांडवलाची कमतरता दूर होण्यास काही प्रमाणात मदत होते. तसेच परकीय व्यापार वाढण्यासही परकीय भांडवलाची मदत होते. याबरोबरच परकीय भांडवल अर्थव्यवस्थेत पुढील अनेक बाबतीत महत्त्वपूर्ण भूमिका बजावते.

१) साधनसामग्रीत वाढ :

आर्थिक विकासाच्या प्रक्रियेत मोठ्या प्रमाणात वित्तीय साधनसामग्रीची आवश्यकता असते. परकीय भांडवलाच्या उपलब्धतेमुळे ज्या देशाला हे भांडवल मिळते त्यांच्या देशांतर्गत साधनसामग्रीत आणखी भर पडते. भारतासारख्या विकसनशील देशात साधनसामग्रीची कमतरता असल्याने अशा देशांच्या दृष्टीने अंतर्गत साधनसामग्री मर्यादित असते. मात्र, अशा देशांना परकीय भांडवल मोठ्या प्रमाणात उपलब्ध झाले, तर त्यांना अनेक प्रकल्प पूर्ण करता येतात. परकीय भांडवल उपलब्ध झाले नसते, तर असे प्रकल्प त्यांना पूर्ण करता आले नसते. मोठमोठ्या प्रकल्पांतील गुंतवणुकीमुळे इतरही क्षेत्रात मोठ्या प्रमाणात गुंतवणुकीच्या संधी निर्माण होतात.

२) विकासासाठीची आयात :

आर्थिक विकासाच्या सुरुवातीच्या काळात विकास साध्य करण्यासाठी मोठ्या प्रमाणात वस्तू व सेवांची आयात करावी लागते. विकसित देशातील तंत्रज्ञान, भांडवली वस्तू यांची आयात करावी लागते. अन्यथा अशा वस्तू व सेवांचे देशांतर्गत उत्पादन करणे आवश्यक ठरते. मात्र, अल्पविकसित देशातील विकासाच्या समस्या गंभीर स्वरूपाच्या असतात. तातडीने त्या सोडविणे आवश्यक असल्याने अशा देशांना या वस्तूचे उत्पादन होईपर्यंत थांबणे शक्य नसते. त्यामुळे भांडवली वस्तू व तंत्रज्ञानाची आयात केली जाते. नंतरच्या काळात अशी आयात कमी कमी केली जाते. अशा वस्तू व सेवांच्या आयातीसाठी अल्पविकसित देशांकडे पुरेशा प्रमाणात सोने व परकीय चलन उपलब्ध नसते. त्यामुळे विकासासाठी अशी आयात करण्याच्या बाबतीत परकीय भांडवलाची मदत होते.

३) गुंतवणुकीची उच्च पातळी :

अल्पविकसित देशात आर्थिक विकासाच्या प्रक्रियेत मोठ्या प्रमाणात गुंतवणूक वाढ करण्याची गरज असते. मात्र, अशा देशात राष्ट्रीय उत्पन्न व दरडोई उत्पन्न कमी असते. बचतीचे प्रमाणही कमी असते. त्यामुळे गुंतवणुकीत अपेक्षेप्रमाणे वाढ होत नाही. मात्र, औद्योगिकरणात वाढ करून देशाचा आर्थिक विकास साध्य करण्याचा अशा

देशांचा प्रयत्न असतो. देशातील गुंतवणुकीत वाढ करून गुंतवणुकीची उच्च पातळी गाठण्यासाठी आणि गुंतवणुकीत सातत्य राहण्यासाठी परकीय भांडवलाची मदत होते. अशा देशात दारिद्र्यामुळे बचतीचे प्रमाण कमी असल्याने बचत व गुंतवणुकीत साधनसामग्रीची पोकळी निर्माण होते. ती भरून काढण्यास परकीय भांडवलाची मदत होते.

४) पायाभूत सुविधांचा विकास :

देशाचा आर्थिक विकास घडवून आणण्यासाठी पायाभूत सुविधांचा विकास आवश्यक असतो. वाहतूक व दळणवळण सुविधांचा विकास, वीजनिर्मिती व वितरण, जलसिंचन सुविधात वाढ वगैरे बाबींची विकासासाठी आवश्यकता असते. अशा पायाभूत सुविधांचा विकास करण्यासाठी मोठ्या प्रमाणात गुंतवणुकीची गरज असते. अल्पविकसित देशातील भांडवल पायाभूत सुविधांची उभारणी करण्यासाठी पुरेसे नसते. त्यासाठी अशा देशांना परकीय भांडवलाचे साहाय्य घ्यावे लागते. गेल्या तीन–चार दशकांत आंतरराष्ट्रीय वित्तीय संस्था आणि विकसित देशातील सरकारे यांनी अल्पविकसित देशांना वाहतूक व दळणवळण, वीजनिर्मिती, जलसिंचन वगैरे पायाभूत सुविधांच्या विकासासाठी मोठ्या प्रमाणात भांडवल उपलब्ध केले आहे.

५) निर्यातीच्या मर्यादा दूर करणे :

आर्थिक विकासासाठी आयात करण्यासाठी मोठ्या प्रमाणात परकीय चलनाची गरज असते. निर्यातीत वाढ करून परकीय चलन मिळविणे आवश्यक असले तरी अल्पविकसित देशांना निर्यातीच्या बाबतीत काही मर्यादा पडतात. अल्पविकसित देशात प्राथमिक वस्तूंचे उत्पादन केले जाते. अशा वस्तूंचे उत्पादन वाढले तरी त्यांच्या निर्यातीत मोठ्या प्रमाणात वाढ होत नाही. प्राथमिक वस्तूंची किंमत लवचिकता आणि उत्पन्न लवचिकता अतिशय कमी असते. अशा वस्तूंच्या किमतीत घट झाली असता या वस्तूंच्या मागणीत फार मोठ्या प्रमाणात वाढ होत नाही. तसेच विकसित देशातील उत्पन्नात वाढ झाली असता उत्पन्नात झालेल्या वाढीच्या प्रमाणात वस्तूंच्या मागणीत वाढ होत नाही. विकसित देशातही अशा प्राथमिक वस्तूंचे उत्पादन होत आहे. तसेच अल्पविकसित देशाकडून आयात केल्या जाणाऱ्या वस्तूंना विकसित देशात पर्यायी स्वरूपाच्या वस्तूंची निर्मिती केली जात आहे. त्यामुळे अल्पविकसित देशांना आपल्या निर्यातीत वाढ करण्यास मर्यादा पडतात. विकासासाठी करावयाच्या आयातीसाठी आवश्यक असलेले परकीय चलन निर्यातीद्वारे उपलब्ध होत नसल्याने परकीय भांडवलाची आवश्यकता असते. अशा प्रकारे निर्यातीच्या मर्यादा दूर करण्यास परकीय भांडवल उपयोगी पडते.

६) पायाभूत उद्योगांचा विकास :

आर्थिक विकास घडून येण्यासाठी देशात पायाभूत उद्योगांचा विकास होणे गरजेचे असते. लोखंड व पोलाद उद्योग, सिमेंट उद्योग, वीजनिर्मिती यासारख्या मोठ्या उद्योगांचा विकास मोठ्या प्रमाणात झाल्यास देशातील इतर उद्योग–व्यवसायाचा विकास होऊन देशाचा आर्थिक विकास घडून येतो. अशा पायाभूत उद्योगांच्या विकासासाठी मोठ्या प्रमाणात गुंतवणुकीची गरज असते. मात्र, अल्पविकसित देशात या क्षेत्रात गुंतवणूक करण्यासाठी आवश्यक असलेल्या भांडवलाची कमतरता असते. परकीय भांडवलामुळे अशी कमतरता दूर करता येते. अनेक अल्पविकसित देशांनी परकीय भांडवलाच्या मदतीने पायाभूत उद्योगांचा विकास घडवून आणला आहे.

७) तंत्रज्ञानाची उपलब्धता :

विकसित देशाशी तुलना करता अल्पविकसित देशांत तंत्रज्ञानाची पातळी अल्प असते. मात्र, अशा देशांना आपल्यापुढील दारिद्र्य, बेकारी यासारख्या समस्यांची सोडवणूक करण्यासाठी वेगाने औद्योगिकरण घडवून

आणणे महत्त्वाचे असते. औद्योगिकरणासाठी आधुनिक तंत्रज्ञानाची गरज असते. असे तंत्रज्ञान विदेशातून आयात करावे लागते. याबाबतीत परकीय भांडवलाची मदत होते. खासगी परकीय गुंतवणूक किंवा परकीय सहकार्य या स्वरूपात जेव्हा परकीय भांडवल देशात येते, तेव्हा तंत्रज्ञानही देशात येते. भारताच्या बाबतीत परकीय देशाकडून तंत्रज्ञानविषयक साहाय्य उपलब्ध झाले आहे. तज्ज्ञांच्या सेवांची तरतूद, भारतीय व्यक्तींचे प्रशिक्षण आणि देशात शैक्षणिक, संशोधन व प्रशिक्षण संस्था या तीन मार्गांनी त्याने देशातील तंत्रज्ञानातील पोकळी भरून काढण्यास मदत केली आहे.

८) व्यवहारतोल स्थितीत सुधारणा :

आर्थिक विकासाच्या सुरुवातीच्या काळात अल्पविकसित देशांना मोठ्या प्रमाणात यंत्रसामग्री, भांडवली वस्तू, औद्योगिक कच्चा माल वगैरेंची आयात करावी लागते. मात्र, विकासाच्या सुरुवातीच्या काळात निर्यातीत वाढ होत नाही. मोठ्या प्रमाणात आयात व निर्यात कमी, यामुळे व्यवहारतोल प्रतिकूल होतो. परकीय चलनाच्या बाबतीत प्राप्ती व खर्च याबाबतीत अंतर निर्माण होते. व्यवहारतोलाच्या समस्येतून मार्ग काढण्याच्या बाबतीत परकीय भांडवल हा अल्पकालीन स्वरूपाचा उपाय आहे.

९) किमतीच्या बाबतीतील समस्यांची सोडवणूक :

विकासाच्या प्रक्रियेत साधनसामग्री उपभोग्य वस्तूंच्या उत्पादनाकडून भांडवली वस्तूंच्या उत्पादनाकडे वळविली जाते. परकीय भांडवल देशास उपलब्ध होत असले तरी देशातील साधनसामग्रीची मोठ्या प्रमाणात भांडवली वस्तू क्षेत्रात गुंतवणूक होते. भांडवली वस्तू क्षेत्रात काम करणाऱ्या लोकांकडून बिगर उपभोग्य वस्तूंचे उत्पादन केले जाते. मात्र, त्यांना जे उत्पन्न मिळते त्यातून ते उपभोग्य वस्तूंची मागणी करतात. एका बाजूला उपभोग्य वस्तूंची वाढती मागणी व दुसऱ्या बाजूला उपभोग्य वस्तूंचे कमी उत्पादन, यामुळे उपभोग्य वस्तूंच्या किमतीत वाढ होते. अशा उपभोग्य वस्तूंमध्ये जर अन्नधान्याचा समावेश असेल, तर अशा महत्त्वपूर्ण उपभोग्य वस्तूंच्या आयातीसाठी परकीय भांडवलाचा वापर करणे आवश्यक ठरते. त्याशिवाय दुसरा मार्ग नसतो.

१०)गुंतवणुकीतील धोका स्वीकारणे :

अनेक अल्पविकसित देशांत खासगी उद्योजकांची मोठ्या प्रमाणात कमतरता दिसून येते. परकीय भांडवलाच्या माध्यमातून अशा देशांत गुंतवणुकीतील धोका स्वीकारला जातो. देशातील उद्योजक ज्या क्षेत्रात धोक्यामुळे गुंतवणूक करण्यात तयार होत नाही, अशा क्षेत्रातील गुंतवणूक परकीय भांडवलामुळे शक्य होते. त्यामुळे देशातील औद्योगिकरणाच्या प्रक्रियेला वेग येतो. जेव्हा परकीय भांडवलाच्या पुढाकाराने देशात औद्योगिकरणाचा कार्यक्रम सुरू होतो, तेव्हा देशांतर्गत औद्योगिक व्यवहारात वाढ होते. त्यामुळे देशातील अधिकाधिक लोक औद्योगिक क्षेत्रात प्रवेश करतात. त्यातून देशात औद्योगिक विकास व आर्थिक विकास घडून येण्यास मदत होते.

३.२.२ डी–डॉलरायझेशनची संकल्पना (Concept of De-dollarization):

डी-डॉलरायझेशन म्हणजे एखाद्या देशाने किंवा प्रदेशाने तिच्या आर्थिक प्रणाली किंवा अर्थव्यवस्थेतील यूएस डॉलरवरील अवलंबित्व कमी करण्यासाठी जाणूनबुजून केलेली प्रक्रिया होय. यामध्ये व्यवहार, राखीव निधी, व्यापार किंवा वस्तू व सेवांच्या किंमतींसाठी मानक म्हणून डॉलरचा वापर कमी करण्याच्या उद्देशाने विविध उपाययोजनांचा समावेश असू शकतो.

सरकार यूएस चलनविषयक धोरणाच्या प्रभावाची असुरक्षितता कमी करणे, आर्थिक सार्वभौमत्वाचा दावा करणे, डॉलरच्या चढउतारांचे परिणाम कमी करणे किंवा जागतिक वित्त क्षेत्रात अधिक स्वातंत्र्य मिळवणे अशा अनेक कारणांसाठी डी–डॉलरीकरणाचा पाठपुरावा करू शकते. डी–डॉलरायझेशनच्या व्यूहरचनेत चलन साठ्यात विविधता आणणे, व्यापार करारांमध्ये पर्यायी चलनांच्या वापरास प्रोत्साहन देणे, चलन अदलाबदल करार स्थापित करणे किंवा आर्थिक व्यवहारांमध्ये प्रादेशिक चलनांचा वापर करण्यास प्रोत्साहन देणे वगैरेंचा समावेश असू शकतो. डी–डॉलरायझेशनचे पुढील काही फायदे आहेत.

१) यूएस डॉलरवरील अवलंबित्व कमी करणे :

इतर चलने किंवा चलनांची बास्केट वापरून, देश यूएस डॉलर आणि यूएस अर्थव्यवस्थेवरील त्यांचे अवलंबित्व कमी करू शकतात, जे त्यांच्या स्वत:च्या अर्थव्यवस्थेवर अमेरिकेतील आर्थिक आणि राजकीय बदलांचा प्रभाव कमी करण्यास मदत करू शकतात.

२) आर्थिक स्थैर्यात सुधारणा :

त्यांच्या राखीव निधीमध्ये वैविध्य आणून, देश चलनातील चढउतार आणि व्याज दरातील बदलांना कमी करू शकतात, ज्यामुळे आर्थिक स्थैर्यात सुधारणा होण्यास आणि आर्थिक संकटांचा धोका कमी होण्यास मदत होऊ शकते.

३) व्यापार आणि गुंतवणूक वाढवणे :

इतर चलनांचा वापर करून, देश अमेरिकेशी मजबूत संबंध नसलेल्या इतर देशांसोबत व्यापार आणि गुंतवणूक वाढवू शकतात, ज्यामुळे नवीन बाजारपेठा आणि वृद्धीच्या संधी खुल्या होऊ शकतात.

४) यूएस चलनविषयक धोरणाचा प्रभाव कमी करणे :

यूएस डॉलरचा वापर कमी करून, देश त्यांच्या स्वत:च्या अर्थव्यवस्थेवरील अमेरिकेच्या चलनविषयक धोरणाचा प्रभाव कमी करू शकतात.

जरी देशांनी त्यांचे अवलंबित्व कमी करण्याचे उद्दिष्ट ठेवले असले तरीही, डॉलर हे आतापर्यंतचे सर्वात व्यापक राखीव चलन आहे आणि आंतरराष्ट्रीय व्यवसाय चालवण्यासाठी आवश्यक आहे. अमेरिकन डॉलर हे फार पूर्वीपासून जगाचे राखीव चलन आहे आहे. अलिकडच्या वर्षांत, देशांनी डॉलरवरील त्यांचे अवलंबित्व कमी करण्याचा प्रयत्न केल्यामुळे डी–डॉलरायझेशनचा वेग वाढला आहे.

३.३ आंतरराष्ट्रीय भांडवली हालचालींवर परिणाम करणारे घटक (Factors Affecting International Capital Movements) :

व्यवहारतोल असमतोल दुरुस्त करण्यासाठी किंवा देशातील उत्पादन सीमा विस्तारण्यासाठी एका देशातून दुसऱ्या देशात वितीय संसाधनांची हालचाल किंवा प्रवाह म्हणजे आंतरराष्ट्रीय भांडवल प्रवाह किंवा हालचाल होय. आंतरराष्ट्रीय भांडवल हालचालींवर परिणाम करणारे घटक पुढीलप्रमाणे :

१) व्याज दर :

अल्प आणि दीर्घ कालावधीत भांडवलात होणारे बदल व्याज दरातील बदलांमुळे (अल्प किंवा दीर्घ दर) मोठ्या प्रमाणावर प्रभावित होतात. ज्या देशांत व्याज दर कमी आहेत अशा देशांतून भांडवलाचा प्रवाह त्या देशांत होतो जेथे व्याज दर तुलनेने जास्त आहेत.

२) गुंतवणुकीची सीमांत कार्यक्षमता :

परकीय देशातील गुंतवणुकीच्या दिलेल्या मात्रेशी संबंधित खर्चापेक्षा परताव्याचा अपेक्षित दर स्वदेशातील दराच्या तुलनेत जास्त असल्यास, परकीय देशात भांडवलाचा प्रवाह होईल. याउलट, खर्चापेक्षा कमी अपेक्षित परताव्याचा दर किंवा गुंतवणुकीची सीमांत कार्यक्षमता देशाच्या तुलनेत परदेशातून भांडवलाचा ओघ निर्माण करेल.

३) बँक दर :

मध्यवर्ती बँकेद्वारे बँक दरातील बदलांचा परिणाम नाणेबाजारातील व्याज दरांच्या संरचनेवर होतो. स्वदेशातील बँक दरात वाढ झाल्यामुळे अल्पकालीन आणि दीर्घकालीन व्याज दरात वाढ होईल. हे दर परकीय देशातील संबंधित दरांपेक्षा जास्त वाढल्यामुळे, देश विदेशातून अल्प-मुदतीचा आणि दीर्घकालीन भांडवलाचा प्रवाह आकर्षित करू शकेल. बँक दरात कपात केल्याने अल्प आणि दीर्घकालीन व्याज दर कमी होतील. हे दर परदेशातील व्याज दरांच्या पातळीपेक्षा खाली आल्याने, परदेशात भांडवलाचा बहिर्गामी प्रवाह (outflow) होईल.

४) सट्टा किंवा परिकल्पन :

विनिमय बाजारातील ऑपरेटर्सच्या सट्टा व्यवहारांमुळे देखील भांडवलाच्या हालचाली होऊ शकतात. सट्टा व्याज दर किंवा विनिमय दरांच्या संदर्भात असू शकतो. जर स्वदेशातील व्याज दर परकीय देशांपेक्षा जास्त कमी होण्याची अपेक्षा असेल, तर सट्टेबाज परदेशातून निधी स्वदेशात हस्तांतरित करतील. विनिमय दरातील सट्टा देखील देशांमधील भांडवलाच्या हालचालींवर प्रभाव पाडतो. जर आपल्या देशाच्या चलनाचे अवमूल्यन होणे अपेक्षित असेल, तर सट्टेबाज आपल्या देशातून ज्याचे चलन अधिक मजबूत होईल अशी अपेक्षा आहे अशा परकीय देशात निधी हलवतील. अपेक्षित अवमूल्यन करणाऱ्या देशातून भांडवलाचे उड्डाण करण्यास प्रवृत्त करेल.

५) परकीय भांडवल धोरण :

देशाच्या सरकारच्या परकीय भांडवल धोरणाचाही भांडवली हालचालीवर परिणाम होतो. परकीय भांडवलावर बंधने आली तर परकीय भांडवलाचा ओघ ठप्प राहील. उलटपक्षी, या संदर्भात उदारमतवादी धोरणामुळे परकीय देशांतून मोठ्या प्रमाणात भांडवलाचा ओघ येऊ शकतो.

६) आर्थिक आणि राजकीय परिस्थिती :

जर एखाद्या देशामध्ये राजकीय स्थैर्य, शांतता, कायदा व सुव्यवस्था यासह वाहतूक व दळणवळणाची साधने, वीज, बाजार संरचना आणि वित्तीय संस्थांसह आर्थिक पायाभूत सुविधा चांगल्या प्रकारे विकसित झाल्या असतील तर परकीय गुंतवणूकदारांना आपल्या देशात मोठ्या प्रमाणात गुंतवणूक करण्यास प्रेरित केले जाते.

मात्र, अशी आर्थिक व राजकीय परिस्थिती नसल्यास परकीय भांडवलाचा ओघ येण्याची शक्यता कमीच असते. स्वदेशी गुंतवणूकदारही परदेशात गुंतवणूक करण्यास प्राधान्य देतील आणि त्यामुळे भांडवल पलायनाचा धोका आहे.

७) विनिमय नियंत्रण धोरण :

कठोर विनिमय नियंत्रण उपायांच्या अस्तित्वामुळे परदेशातून भांडवलाचा ओघ रोखला जातो आणि व्यापाराच्या प्रवाहावर विपरित परिणाम होतो. या बाबतीत उदारमतवादी धोरण व्यापाराच्या विस्तारासाठी आणि आपल्या देशात भांडवलाचा ओघ वाढवण्यासाठी अधिक उपयुक्त ठरू शकते.

८) कर धोरण :

वैयक्तिक उत्पन्न आणि कंपनी नफ्यावरील कराचे दर जास्त असल्यास, प्रत्यक्ष किंवा थेट आणि रोखारूपी अशा दोन्ही परकीय गुंतवणुकीला परावृत्त केले जाण्याची शक्यता आहे. दुसरीकडे, कमी कर दरांचा परदेशातून होणाऱ्या भांडवलाच्या प्रवाहावर उत्तेजक परिणाम होऊ शकतो.

३.४ रुपयाची चालू आणि भांडवली खाते परिवर्तनीयता – संकल्पना आणि पूर्वतयारी, भारतातील रुपयाच्या परिवर्तनीयतेतील प्रगती (Current and Capital Account Convertibility of Rupee - Concept and Prerequisites, Developments on Convertibility of Rupee in India)

चलनाची परिवर्तनियता ही वित्तीय संकल्पना असून ती बाजार दराने एका चलनाच्या दुसऱ्या चलनाबरोबर होणाऱ्या विनिमयाशी संबंधीत आहे. चलन हे परिवर्तनीय तेव्हाच समजले जाते जेव्हा त्याची मुक्तपणे दुसऱ्या चलनाबरोबर देवाण–घेवाण होते, दोन चलनाच्या विनिमय व्यवहाराच्या बाबतीत कोणतीही नियंत्रणे नसतात आणि विनिमय दरही मुक्त असतो व तो बाजारातील मागणी पुरवठ्याने निश्चित होतो.

भारताचे इतर सर्व देशाबरोबरील चालू व्यवहार (वस्तूची आयात व निर्यात, सेवांसाठीची देणे रक्कम व प्राप्ती) इतर चलनातील रुपयाच्या पूर्ण परिवर्तनीयतेने भागविले जात आहेत. १९९४ पासून रुपया चालू खात्यावर पूर्णपणे परिवर्तनीय करण्यात आला. मात्र, तो चालू खात्यावर पूर्णपणे परिवर्तनीय करण्यापूर्वी १९९१–९२ मध्ये अंशत: किंवा आंशिक परिवर्तनीयता स्विकारली. रुपयाच्या परिवर्तनियतेच्या बाबतीतील ही पहिली पायरी होय.

भारत सरकारने १९९२–९३ मध्ये दूहेरी विनिमय दर पद्धती सुरु केली. या व्यवस्थेत सरकारने देशात दोन प्रकारच्या विनिमय दराचे अस्तित्व स्विकारले. यापैकी एक विनिमय दर हा सरकारी विनिमय दर (official exchange rate) होता व तो नियंत्रीत होता. तर दुसरा विनिमय दर हा बाजार दर होता व तो बाजार स्थितीशील बदलानुसार बदलणारा होता.

वस्तू व सेवांच्या निर्यातीद्वारे भारतास मिळालेले परकीय चलन पुढीलप्रकारे रुपांतरीत केले जात असे.

निर्यातीद्वारे मिळालेल्या प्राप्तीच्या ६० टक्के रक्कम मुक्त बाजारात निश्चित झालेल्या दराने रुपांतरीत करता येऊ शकत होती आणि ती रक्कम चालू खात्यावरील व्यवहार व रक्कमा देणे यासाठी मुक्तपणे वापरता येत असे. उर्वरित ४० टक्के परकीय चलन अधिकृत विक्रेत्यामार्फत सरकारी किंवा अधिकृत दराने भारतीय रिझर्व्ह बँकेस विकावे लागत असे. रिझर्व्ह बँकेला मिळालेले हे परकीय चलन प्राधान्यक्रमाने करावयाच्या आयातीसाठी उपलब्ध केले जाऊ शकत होते.

अशा प्रकारची दूहेरी विनिमय दर पद्धती निर्यात वाढीला आणि परकीय चलनाच्या राखीव साठ्यात वाढ होण्यास उपयोगी पडेल अशी सरकारची अपेक्षा होती. बाजार विनिमय दर हा अधिकृत किंवा सरकारी विनिमय दरापेक्षा फारच जास्त होता. त्यामुळे निर्यातदारांना निर्यातीपासून अधिक रक्कम मिळणे शक्य होते.

दूहेरी विनिमय दर पद्धतीत निर्यातदार आणि भारताबाहेर काम करणाऱ्यांना भारतीयांना त्यांच्या प्राप्तीपैकी ४० टक्के रक्कम सरकारी विनिमय दराने द्यावी लागत होती. सरकारी दर बाजार दरापेक्षा फारच कमी असल्याने त्यांना नुकसान सोसावे लागत असे. दुहेरी विनिमय दर पद्धतीतील हा दोष दूर करण्यासाठी सरकारने चालू खात्यावर रुपयाची संपूर्ण परिवर्तनियता स्विकारली. १९९० च्या दशकाच्या मध्यापासून चालू खात्यावरील रुपयाची परिवर्तनीयता व्यवहारात आहे.

भारताच्या दृष्टीने पूढची पायरी ही भांडवली खात्यावर रुपयाची परिवर्तनीयता ही आहे. भांडवली खात्यावरील परिवर्तनीयता आणि चालू खात्यावरील परिवर्तनीयता यात फरक आहे. चालू खात्यावरील परिवर्तनीयतेच्या बाबतीत वस्तूची आयात किंवा निर्यात, पैसे पाठविणे यासारखे व्यवहार होणे आवश्यक असते. मात्र, भांडवली खात्यावरील परिवर्तनीयतेच्या बाबतीत कोणत्याही व्यवहाराशिवाय एका चलनाचे दुसऱ्या चलनात रुपांतर करता येते.

भांडवली खात्यावरील परिवर्तनियतेच्या बाजूने आणि विरोधी अनेक युक्तिवाद करण्यात आले आहेत. भांडवली खात्यावरील परिवर्तनियतेच्या बाजूने करण्यात आलेले युक्तिवाद पुढीलप्रमाणे आहेत.

१) वेगाने आर्थिक वृद्धी :

शिथिल भांडवली खात्यामुळे आर्थिक वृद्धी घडून येण्यास मदत होते.

२) परकीय भांडवलाचा ओघ :

विकसनशील देशांना देशांतर्गत बचतीपेक्षा अधिक गुंतवणूक करण्यासाठी परकीय भांडवलाची आवश्यकता आहे. खूल्या भांडवली खात्यामुळे त्यांना परकीय भांडवल आकर्षित करता येईल.

३) सरकारचे जबाबदारीपूर्ण वर्तन :

भांडवली खात्यावरील संपूर्ण परिवर्तनियता राजकोषीय शिलकीच्या बाबतीत सरकारला अधिक जबाबदारीने वागण्यास भाग पाडेल.

अशा प्रकारचे युक्तीवाद भांडवली खात्यावरील परिवर्तनियतेच्या बाबतीत केले जात असले तरी ते भक्कम युक्तिवाद नाहीत. भांडवली खात्यावरील परिवर्तनियतेच्या विरोधी बाजू अधिक भक्कम आहे. भांडवली खात्यावरील परिवर्तनियतेच्या बाबतीत मोठ्या प्रमाणावर भांडवल बाहेर जाणे यासारखे अनेक धोके आहेत. मेक्सिको, ब्राझील, अर्जेंटिना वगैरे देशांच्या अनुभवामुळे भांडवली खाते शिथीलीकरणाच्या बाबतीतील धोके पुढे आले आहेत.

भांडवली खात्यावरील परिवर्तनियतेच्या बाबतीतील भारताचा दृष्टिकोन :

भांडवली खात्यावरील परिवर्तनियतेच्या बाबतीत गंभीर स्वरुपाचे धोके आणि ज्या देशांनी अशी परिवर्तनीयता स्वीकारली त्यांना आलेले वाईट अनुभव विचारात घेऊन भारतीय रिझर्व्ह बँकेने हळूहळू आणि टप्प्याटप्प्याने भांडवली खाते शिथिलीकरण कार्यक्रम अवलंबिला.

भांडवली खात्यावरील परिवर्तनियतेसंबंधीच्या भारतीय रिझर्व्ह बँकेच्या दृष्टिकोनाची चौकट मे १९९७ मध्ये भांडवली खाते परिवर्तनीयतेवरील समितीने (Committee on Capital Account Convertibility) सादर केलेल्या अहवालाने पुरविली आहे. या समितीचे अध्यक्ष एस.एस. तारापोरे (S.S.Tarapore) होते. या अहवालासाठी समितीने भांडवली खात्यावरील परिवर्तनीयतेची व्याख्या ''बाजाराने निश्चित केलेल्या विनिमय दराला स्थानिक वित्तीय मालमत्तेचे परकीय वित्तीय मालमत्तेत आणि परकीय वित्तीय मालमत्तेचे स्थानिक वित्तीय मालमत्तेत रुपांतर करण्याचे स्वातंत्र्य' अशी दिली आहे. (the committee difined capital account convertibility as the freedom to convert local financial assets into foreign financial assets and vice versa at a market determined rate of exchange) समितीने अमर्यादित स्वरुपात भांडवली खाते खूले करण्याची शिफारस केलेली नाही तर टप्प्याटप्प्याने नियंत्रणे शिथिल करण्यास पसंती दिली.

भांडवली खात्यावरील परिवर्तनियता साध्य करण्यासाठी समितीने तीन महत्त्वाच्या पूर्व अटी घातलेल्या आहेत. राजकोषीय दृढीकरण (Fiscal consolidation), चलनवाढ लक्ष्य (mandated inflation target) आणि वित्तीय क्षेत्र बळकट करणे (strengthening of the financial sector) या त्या तीन अटी आहेत. भांडवली

खात्यावरील परिवर्तनीयतेची पूर्वअट म्हणून समितीने चालू खाते तुट स्थूल देशांतर्गत उत्पादनाच्या १.६ टक्क्यापेक्षा जास्त नसावी आणि केंद्र व राज्याची एकत्रित राजकोषीय तूट स्थूल देशांतर्गत उत्पादनाच्या ३.५ टक्क्यांच्या आसपास असावी असे मांडले आहे.

भांडवली खाते शिथिलीकरण उपाय :

अलीकडील काळात भारतात काही महत्त्वपूर्ण भांडवली खाते शिथिलीकरण उपाय योजलेले आहेत ते पुढीलप्रमाणे आहेत.

१) अनिवासी भारतीयांसाठीच्या (NRIs) सर्व ठेव योजना पूर्णत: परिवर्तनीय करण्यात आल्या आहेत.

२) अनिवासी भारतीय भारतात मिळविलेली खंड, लाभांश, पेन्शन, व्याज व अशाच प्रकारची चालू प्राप्ती परकीय चलनात रुपांतरीत करु शकतात.

३) मिळविलेल्या परकीय चलनातून परकीय चलन खाते चालविण्यास भारतीय नागरिकास परवानगी देण्यात आली आहे.

४) काही नियम व नियंत्रणासह अनेक क्षेत्रात १०० टक्के परकीय प्रत्यक्ष गुंतवणूकीस परवानगी देण्यात आली आहे.

५) काही अटींसह विदेशातील वित्तीय क्षेत्रात गुंतवणूक करण्यास मान्यता देण्यात आलेली आहे.

६) भारतातील रहिवाशास ती व्यक्ती असल्याने तिला देणगी व वारसा या मार्गांनी परकीय रोखे धारण करण्यास मान्यता दिलेली आहे.

७) ज्या भारतीय कंपन्यांनी आपली कार्यालये विदेशात सुरु केली आहेत त्यांना त्यांच्या व्यवसायासाठी, तसेच कर्मचारी निवासासाठी भारताबाहेर स्थावर संपत्ती मिळविण्यास परवानगी देण्यात आली आहे.

८) काही अटींसह अनिवासी भारतीयास भारतीय कंपनीच्या शेअरची मान्यताप्राप्त रोखे बाजाराच्या नोंदणीकृत दलालामार्फत खरेदी किंवा विक्री करण्यास मान्यता दिलेली आहे.

९) काही अटींच्या आधिन राहून अधिकृत विक्रेत्यांना परकीय चलनात कर्ज घेण्यास मान्यता दिलेली आहे.

१०) काही निकषांची पूर्तता करणाऱ्या बँकांना सोन्याची आयात करण्यास मान्यता दिलेली आहे. सोने ठेव योजनेखाली सोने स्विकारण्यासही बँकांना मान्यता दिलेली आहे.

वर उल्लेख केलेले व इतर काही भांडवली खाते शिथिलीकरण उपाय योजलेले आहेत. मात्र, भांडवली खात्यावरील संपूर्ण परिवर्तनियतेसाठी आणखी अनेक महत्त्वपूर्ण उपाय योजणे आवश्यक आहे. त्यादृष्टीने भविष्यात क्रमाक्रमाने आणखी काही उपाय योजले जातील.

३.५ परकीय चलन व्यवस्थापन कायदा १९९९– उद्दिष्टे आणि वैशिष्ट्ये (Foreign Exchange Management Act 1999- Objectives and Features) :

भारताच्या सीमेबाहेरील व्यापारास आणि बाह्य प्रदानास (external payments) प्रोत्साहित करण्यासाठी भारत सरकारने फेमा किंवा परकीय विनिमय व्यवस्थापन कायदा तयार केला. १९९९ मध्ये केलेल्या या कायद्याने फेराची (परकीय विनिमय नियमन कायदा) जागा घेतली. त्याने फेराच्या बाबतीतील त्रुटी आणि पळवाटा दूर केल्या आणि म्हणूनच या कायद्यांतर्गत मोठ्या आर्थिक सुधारणा आणल्या गेल्या. हे प्रामुख्याने भारतीय अर्थव्यवस्था उदारमतवादी ठेवण्यासाठी तयार केले गेले.

फेमाचे मुख्य उद्दिष्ट भारतातील परकीय व्यापार आणि प्रदान किंवा पेमेंट सुलभ करणे हे होते. हा कायदा भारतातील सर्व परकीय चलन व्यवहारांची कार्यपद्धती, औपचारिकता आणि व्यवहार निश्चित करतो. हे व्यवहार मुख्यत: चालू खाते व्यवहार आणि भांडवली खाते व्यवहार या दोन प्रकारचे आहेत. फेमा भारताच्या सर्व भागात लागू आहे आणि मुख्यत्वे परकीय चलन साधनसामग्रीचा कार्यक्षम पद्धतीने उपयोग करण्यासाठी तयार केला गेला. तो भारतीय नागरिकांद्वारे व्यवस्थापित किंवा मालकीची भारताबाहेरील कार्यालये आणि एजन्सींनादेखील तेवढाच लागू आहे. 'फेमा' चे मुख्य कार्यालय दिल्ली येथे असून ते अंमलबजावणी संचालनालय (Enforcement Directorate) म्हणून ओळखले जाते.

अ) 'फेमा'ची उद्दिष्टे (Objectives of FEMA) :

'फेमा'ची उद्दिष्टे पुढीलप्रमाणे आहेत.

१) परकीय व्यापार आणि प्रदान किंवा पेमेंट सुलभ करणे :

सुरळीत परकीय व्यापार आणि प्रदान किंवा पेमेंट सुलभ करण्यासाठी परकीय चलन व्यवहार सुलभ आणि सुव्यवस्थित करणे हे 'फेमा' चे उद्दिष्ट आहे. 'फेमा' एक कायदेशीर चौकट प्रदान करते जी व्यक्ती आणि व्यवसायांना आयात, निर्यात आणि वित्तप्रेषणांसह किंवा पाठविलेल्या रकमा यासह सीमेबाहेरील व्यवहारांमध्ये गुंतण्याची परवानगी देते.

२) परकीय गुंतवणुकीला प्रोत्साहन देणे :

'फेमा' विविध क्षेत्रांमध्ये गुंतवणूक करण्यासाठी अनिवासींना नियामक चौकट प्रदान करून भारतात परकीय गुंतवणुकीला प्रोत्साहन देते. 'फेमा' देशातील प्रत्यक्ष किंवा थेट परकीय गुंतवणूक (FDI) आणि परकीय रोखासंग्रह गुंतवणूक (FPI) साठी नियम परिभाषित करते.

३) भारतीय रुपयाची स्थिरता राखणे :

'फेमा' देशातील आणि देशाबाहेरील परकीय चलनाच्या प्रवाहाचे नियमन करून भारतीय रुपयाची स्थिरता राखण्याचा प्रयत्न करतो. अर्थव्यवस्थेच्या स्थिरतेवर परिणाम करू शकणाऱ्या विनिमय दरातील अत्याधिक चढउतार रोखणे हे त्याचे उद्दिष्ट आहे.

४) भांडवली हालचालींचे निरीक्षण आणि नियंत्रण :

'फेमा' भारतीय रिझर्व्ह बँकेला (RBI) भांडवली हालचालींचे नियमन आणि नियंत्रण करण्याचे अधिकार देतो, परकीय चलन संसाधने कार्यक्षमतेने आणि देशाच्या आर्थिक उद्दिष्टांच्या अनुषंगाने वापरली जातात हे सुनिश्चित करतो.

५) मनी लाँडरिंग आणि बेकायदेशीर व्यवहारांना प्रतिबंध करणे :

मनी लाँडरिंग आणि परकीय चलन व्यवहारांशी संबंधित बेकायदेशीर व्यवहारांना प्रतिबंध करणे हे 'फेमा'चे एक महत्त्वाचे उद्दिष्ट आहे. या कायद्यात आर्थिक गुन्हे आणि परकीय चलनातील अनधिकृत व्यवहार शोधून त्यांना रोखण्यासाठीच्या तरतुदींचा समावेश आहे.

६) आर्थिक स्थैर्याला चालना देणे :

'फेमा' देशाच्या एकूण आर्थिक स्थिरतेमध्ये नियमित परकीय चलन बाजार सुनिश्चित करून योगदान देते. हे आर्थिक व्यवस्थेवर विश्वास ठेवण्यास मदत करते आणि अनावश्यक व्यत्यय टाळते.

७) आंतरराष्ट्रीय मानकांशी सुसंवाद साधणे :

'फेमा' चे उद्दिष्ट भारताच्या परकीय चलन व्यवस्थापन पद्धतींना जागतिक मानकांसह सरेखित (align) करणे आहे. आंतरराष्ट्रीय व्यापार, गुंतवणूक आणि सहकार्य वाढवण्यासाठी हे महत्त्वाचे आहे.

८) सीमेबाहेरील व्यवहारांची सुविधा :

हा कायदा विविध प्रकारच्या सीमेबाहेरील व्यवहारांसाठी कायदेशीर चौकट प्रदान करतो, ज्यात पैसे पाठवणे, परदेशी मालमत्ता संपादन करणे आणि परदेशी स्त्रोतांकडून कर्ज घेणे समाविष्ट आहे. हे व्यक्ती आणि व्यवसायांना आंतरराष्ट्रीय आर्थिक व्यवहारांमध्ये गुंतण्यास मदत करते.

९) आर्थिक वृद्धीला प्रोत्साहन देणे :

आंतरराष्ट्रीय व्यापार व गुंतवणुकीला प्रोत्साहन देऊन, 'फेमा' एकूण आर्थिक वृद्धी व विकासात योगदान देतो. तो व्यवसायांना त्यांचे कार्य जागतिक स्तरावर विस्तारित करण्यासाठी आणि देशात परकीय गुंतवणूक आकर्षित करण्यासाठी प्रोत्साहित करतो.

१०) आर्थिक बदलांशी जुळवून घेणे :

'फेमा'ची रचना लवचिक आणि बदलत्या आर्थिक परिस्थितीशी जुळवून घेण्याकसाठी केली आहे. तो विकसित होत असलेल्या जागतिक आर्थिक प्रवृत्ती आणि आव्हानांना प्रतिसाद देण्यासाठी आवश्यक नियामक चौकट प्रदान करतो.

ब) 'फेमा' ची वैशिष्ट्ये (Features of FEMA) :

'फेमा' ची वैशिष्ट्ये पुढीलप्रमाणे आहेत :

१) शिथिलीकरण आणि सरलीकरण :

'फेमा' त्याच्या पूर्ववर्ती, फेरा (FERA) च्या तुलनेत अधिक उदार आणि सरलीकृत दृष्टिकोन स्वीकारतो. 'फेमा' परकीय चलन व्यवहार, व्यापार आणि गुंतवणुकीत अधिक लवचिकतेस परवानगी देऊन भारताच्या आर्थिक उदारीकरण धोरणांशी सरेखित करतो.

२) एकीकृत (unified) नियमन :

'फेमा' परकीय चलन व्यवस्थापनाशी संबंधित विविध कायदे आणि नियमांना एकाच चौकटीमध्ये एकत्रित करतो. हा एकत्रित दृष्टिकोन अनुपालन (compliance) सुलभ करतो आणि गुंतागुंत कमी करतो.

३) चालू खाते व्यवहार :

'फेमा' चालू खात्यातील व्यवहारांचे शिथिलीकरणकरण्यास अनुमती देतो, ज्यात वस्तू आणि सेवांमधील व्यापार, वित्तप्रेषण, प्रवास खर्च यासारख्या नियमित व्यवहारांचा समावेश होतो. यामुळे व्यवसाय करणे आणि वैयक्तिक पैसे पाठवणे सुलभ होते.

४) भांडवली खाते व्यवहार :

'फेमा' प्रत्यक्ष किंवा थेट परकीय गुंतवणूक (FDI) आणि परकीय रोखासंग्रह गुंतवणूक (FPI), कर्ज व कर्जे घेणे आणि परदेशी मालमत्ता संपादन यासारख्या परकीय गुंतवणुकीसह भांडवली खात्यातील व्यवहारांचे नियमन करतो.

५) अधिकृत व्यक्ती :

'फेमा' काही संस्थांना अधिकृत व्यक्ती म्हणून नियुक्त करतो ज्यांना परकीय चलन व्यवहारांमध्ये व्यवहार करण्यास अधिकृत परवानगी असते. अधिकृत डीलर्स (बँका), मनी चेंजर्स आणि इतर मध्यस्थ हे व्यवहार सुलभ करतात.

६) प्रतिबंध आणि निर्बंध :

'फेमा' मध्ये मनी लॉन्ड्रिंग, बेकायदेशीर व्यवहार आणि राष्ट्रीय सुरक्षेला धोका टाळण्यासाठी काही व्यवहार प्रतिबंधित किंवा निर्बंधित करण्याच्या तरतुदींचा समावेश आहे. हे निर्बंध आंतरराष्ट्रीय मानकांशी जुळतात.

७) अंमलबजावणी आणि दंड :

'फेमा' त्याच्या तरतुदींच्या उल्लंघनासाठी अंमलबजावणी यंत्रणा स्थापित करतो. पालन न केल्याबद्दलच्या शिक्षांमध्ये दंड, मालमत्ता जप्त करणे आणि काही प्रकरणांमध्ये तुरुंगवासाचा समावेश होतो.

८) अभीनिर्णय आणि अपील :

'फेमा' उल्लंघनाशी संबंधित प्रकरणांच्या अभीनिर्णयासाठी (adjudication) एक प्रक्रिया प्रदान करतो. तो निर्णयाच्या आदेशांविरुद्ध अपील करण्याच्या प्रक्रियेची रूपरेषा देतो.

९) परकीय चलन बाजार नियमन :

'फेमा' परकीय चलन बाजाराचे नियमन करून, पारदर्शकता आणि कार्यक्षमतेला चालना देऊन परकीय चलन व्यवहारांचे सुव्यवस्थित संचालन सुनिश्चित करतो.

१०) चलनाची निर्यात आणि आयात :

'फेमा' भारतीय व परकीय चलनाची निर्यात व आयात नियंत्रित करतो. तो आंतरराष्ट्रीय प्रवासादरम्यान चलन नेण्यासाठी अनुज्ञेय मर्यादा परिभाषित करतो.

११) परकीय चलनाची प्राप्ती आणि परतफेड :

हा कायदा परकीय चलनाच्या कमाईची प्राप्ती व परतावा नियंत्रित करतो, व्यापार व सेवांमधून कमाई वेळेवर परत करणे सुनिश्चित करतो.

१२) अनुपालन आणि अहवाल :

'फेमा' परकीय चलनाच्या हालचालींचा मागोवा घेण्यासाठी आणि पारदर्शकता सुनिश्चित करण्यासाठी काही व्यवहारांसाठी अहवाल आवश्यकता (reporting requirements) अनिवार्य करतो.

१३) सीमेबाहेरील व्यवहार :

हा कायदा सीमेबाहेरील व्यवहारांसाठी कायदेशीर चौकट प्रदान करतो, ज्यात पैसे पाठवणे, परदेशी मालमत्ता संपादन करणे, परकीय स्त्रोतांकडून कर्ज घेणे समाविष्ट आहे.

१४) मनी लाँडरिंग प्रतिबंध :

'फेमा' मध्ये परकीय चलन व्यवहारांशी संबंधित मनी लाँडरिंग आणि इतर आर्थिक गुन्हे रोखण्यासाठीच्या तरतुदींचा समावेश आहे.

क) परकीय विनिमय व्यवस्थापन कायदा (फेमा) च्या तरतुदी :

परकीय विनिमय व्यवस्थापन कायदा (फेमा) च्या तरतुदींमुळे रिझर्व्ह बँकेच्या मार्गदर्शक सूचनांच्या अधीन चालू खात्यावर विनामूल्य व्यवहार केले जातात. परकीय विनिमय व्यवस्थापन कायदा (फेमा) ची अंमलबजावणी स्वतंत्र संचालनालयाकडे सोपविण्यात आली आहे, जी या कायद्याच्या उल्लंघनांबाबत चौकशी करते. परकीय विनिमय व्यवस्थापन कायदा (फेमा) च्या तरतुदींची माहिती पुढे दिली आहे.

चालू खाते व्यवहाराचे नियमन :

लॉटरी जिंकून दिले जाणारे पैसे, अनिवासी विशेष रुपया (Non-Resident Special Rupee) खाते योजनात धारण केलेल्या निधीवरील व्याज उत्पन्नाचे पैसे पाठविणे यासारखे काही प्रतिबंधित व्यवहार वगळता कोणतीही व्यक्ती एखादी अधिकृत विक्रेत्यास (authorised dealer) परकीय चलन विकू शकते किंवा त्याच्याकडून परकीय चलन घेऊ शकते (अशी विक्री किंवा पैसे काढणे चालू खाते व्यवहार असल्यास). या प्रकरणांव्यतिरिक्त, इतर काही व्यवहार देखील आहेत, ज्यासाठी भारतीय रिझर्व्ह बँकेच्या विशिष्ट परवानगीची आवश्यकता असते. उदाहरणार्थ, आयातकर्त्यांना १८० दिवसांपेक्षा जास्त काळ पुरवठादारांकडून पत लाभ (availing of Supplier's Credit) आणि कालावधीचा विचार न करता खरेदीदाराकडून पत (Buyer's Credit) यास रिझर्व्ह बँकेची मंजूरी आवश्यक आहे.

अधिकृत विक्रेत्यांना शिपिंग/एअरलाइन्स कंपन्या किंवा त्यांचे एजंट्स, मल्टीमोडल ट्रान्सपोर्ट ऑपरेटर इत्यादींकडून पैसे पाठविण्याच्या समर्थनार्थ कागदपत्रांच्या पुराव्यांच्या पडताळणीनंतर अतिरिक्त मालवाहतूक/प्रवास कलेक्शनचे पैसे पाठविण्याची परवानगी आहे.

भांडवली खाते व्यवहाराशी संबंधित विनियम :

परकीय नागरिकांना चिट फंड व्यवसाय किंवा शेती किंवा वृक्षारोपण कार्य किंवा रिअल इस्टेट व्यवसाय (निवासी/व्यावसायिक परिसर बांधकाम, रस्ते किंवा पूल, टाउनशिपचा विकास वगळता) किंवा फार्म हाऊसचे बांधकाम यात सहभागी असलेली कोणतीही कंपनी किंवा भागीदारी फर्म किंवा मालकी संस्था यात गुंतवणूक करण्याची परवानगी नाही.

भारतातील रहिवासी आणि भारताबाहेर राहणाऱ्या व्यक्तीसाठी भांडवली खाते व्यवहाराच्या परवानगी असलेल्या वर्गांची यादी या नियमांमध्ये पुरविली गेली आहे. भारतात राहणाऱ्या व्यक्तीने भारताबाहेर राहणाऱ्या व्यक्तीला परकीय चलनात किंवा भारतीय रुपयात परत न करण्याच्या किंवा परत करणाच्या आधारावर कर्ज घेण्याबरोबरच कर्ज देण्याबाबत तपशीलवार नियम दिले आहेत.

काही नियम व शर्तींच्या आधारे आता अधिकृत विक्रेत्यांना अनिवासी भारतीयांना शेअर्स किंवा अचल मालमत्तेच्या तारणाच्या आधारावर रुपयात कर्ज देण्याची परवानगी आहे. नॅशनल हाउसिंग बँकेद्वारे मंजूर अधिकृत विक्रेते किंवा गृहनिर्माण वित्तसंस्था अनिवासी भारतीयांना काही विशिष्ट अटी व शर्तींच्या अधीन निवासी घरांचे अधिग्रहण करण्यासाठी रुपयात कर्ज देऊ शकतात.

अनुसूचित नमूद केलेल्या अटी व शर्तींच्या अनुषंगाने रिझर्व्ह बँकेकडे नोंदणीकृत भारतीय कंपनीला (नॉन–बँकिंग फायनान्स कंपनीसह) सर्वसाधारण परवानगी देण्यात आली आहे. रिझर्व्ह बँकेत नोंदणीकृत भारतीय मालकीची संस्था/व्यवसायसंस्था किंवा एखादी कंपनी (नॉन–बँकिंग फायनान्स कंपनीसह) अनिवासी भारतीयांकडून अनुसूचीमध्ये नमूद केलेल्या अटी व शर्तींच्या आधारे परताव्याच्या आधारावर ठेवी स्वीकारू शकते.

वस्तू आणि सेवांच्या निर्यातीशी संबंधित नियम :

शिपमेंटच्या तारखेपासून सहा महिन्यांच्या कालावधीत निर्यात पैसे मिळणे आवश्यक आहे. रिझर्व्ह बँकेच्या मान्यतेने परदेशात स्थापन झालेल्या वखारीस केलेल्या निर्यातीच्या बाबतीत ती रक्कम शिपमेंटच्या तारखेपासून १५ महिन्यांच्या आत जमा करावी लागेल.

अधिकृत विक्रेतांना मुदतवाढ देण्याचा अधिकार सोपविण्याच्या या नियमात सक्षम तरतूद करण्यात आली आहे. सहा महिन्यांच्या पलीकडे वाढलेल्या पत अटींवर वस्तूंच्या निर्यातीला रिझर्व्ह बँकेची पूर्व मंजुरी आवश्यक असते.

भारतातील रहिवासी ज्याला काही परकीय चलन देय आहे किंवा जमा झालेले आहे अशा व्यक्तीला रिझर्व्ह बँकेच्या सर्वसाधारण किंवा विशेष परवानगीअंतर्गत करण्यात आलेल्या कायद्यात किंवा नियमात सूट न मिळाल्यास अशा परकीय चलनची विकून किंमत घेण्यास व परत करण्यास योग्य ती पावले उचलणे बंधनकारक आहे.

ज्या व्यक्तीने कोणत्याही हेतूसाठी परकीय चलन देवाणघेवाण केली असेल परंतु ते त्यासाठी किंवा कायद्याच्या तरतुदीनुसार परवानगी असलेल्या इतर कोणत्याही हेतूसाठी त्याचा उपयोग केला नसेल तर त्याने असे परकीय चलन किंवा विना-उपयोगित परकीय चलन एखाद्या अधिकृत व्यक्तीला ६० दिवसांच्या कालावधीत स्वाधीन करावे. रिझर्व्ह बँकेने भारतात राहणाऱ्या व्यक्तीने परकीय चलन ताब्यात घेण्याची व ठेवण्याची मर्यादा निर्दिष्ट केली आहे.

रिझर्व्ह बँकेने भारतात राहणाऱ्या व्यक्तीला भारताबाहेर राहणाऱ्या व्यक्तीला आदरातिथ्य वाढवण्यासाठी आणि परकीय व्यापार (विकास आणि नियमन) अधिनियम, १९९२ च्या अंतर्गत केंद्र सरकारने जारी केलेल्या कोणत्याही आदेशाच्या तरतुदीनुसार किंवा कोणत्याही कायद्याच्या किंवा नियमांनुसार किंवा लागू असलेल्या अशा प्रकारच्या सोन्या-चांदीच्या खरेदीसाठी बाहेरील रहिवाश्याला रूपयात प्रदान किंवा पेमेंट करण्यास सामान्य परवानगीही दिली आहे.

* * *

प्रश्न

प्र. १. **खालील प्रश्नांची वीस शब्दात उत्तरे लिहा.**

१) प्रत्यक्ष थेट गुंतवणूक म्हणजे काय ?

२) रोखासंग्रह गुंतवणूक म्हणजे काय ?

३) सरकारी भांडवल म्हणजे काय ?

४) खासगी भांडवल म्हणजे काय ?

५) अल्पकालीन भांडवल म्हणजे काय ?

६) दीर्घकालीन भांडवल म्हणजे काय ?

७) डी–डॉलरायझेशन म्हणजे काय ?

प्र. २. **खालील प्रश्नांची सविस्तर उत्तरे लिहा.**

१) आंतरराष्ट्रीय भांडवल प्रवाहाचे वर्गीकरण स्पष्ट करा.

२) परकीय भांडवलाचे महत्त्व आणि भूमिका स्पष्ट करा.

३) व्यवहारतोलाचे महत्त्व स्पष्ट करा.

४) आंतरराष्ट्रीय भांडवली हालचालींवर परिणाम करणारे घटक स्पष्ट करा.

५) रुपयाची चालू आणि भांडवली खाते परिवर्तनीयता स्पष्ट करा.

६) परकीय चलन व्यवस्थापन कायदा १९९९ ची उद्दिष्टे आणि वैशिष्ट्ये स्पष्ट करा.

* * *

प्रकरण ४

आंतरराष्ट्रीय बँक व्यवसाय
(International Banking)

४.१ आंतरराष्ट्रीय बँक व्यवसाय – संकल्पना, वर्गीकरण ऑफशोअर बँक व्यवसाय युनिट, परकीय बँका, विदेशी उपकंपन्या/अनुषंगिक, प्रतिव्यवहारी बँका

४.२ आंतरराष्ट्रीय बँक व्यवसाय करार–बेसल मानके; लिबोरचा परिचय

४.३ कार्ये आणि महत्त्व – आंतरराष्ट्रीय नाणेनिधी, आंतरराष्ट्रीय पुनर्रचना आणि विकास बँक (जागतिक बँक), नवीन विकास बँक

४.० प्रास्ताविक (Introduction) :

आंतरराष्ट्रीय बँकिंग ही इतर बँकिंग सेवेप्रमाणेच आहे, परंतु ती वेगवेगळ्या देशांमध्ये किंवा आंतरराष्ट्रीय स्तरावर चालते. आंतरराष्ट्रीय बँकिंग व्यापाऱ्यांना त्यांचा व्यवसाय आणि व्यापार व्यवहार देशाच्या सीमेपलीकडे वाढवण्यास मदत करते. बेसल किंवा बॅसल मानके किंवा प्रमाणके, ज्यांना बेसल नियमावली म्हणूनही ओळखले जाते, हे बेसल समितीने जारी केलेले आंतरराष्ट्रीय बँकिंग नियम आहेत. या समितीने विविध बँकिंग पर्यवेक्षण बाबींसाठी मानके निश्चित केली. जगभरातील बँकिंग नियमांचा समन्वय सुनिश्चित करणे हे या मानकांचे मुख्य उद्दिष्ट आहे.

प्रस्तुत प्रकरणात आंतरराष्ट्रीय बँक व्यवसायाची संकल्पना, वर्गीकरण–ऑफशोअर बँक व्यवसाय युनिट, परकीय बँका, विदेशी उपकंपन्या/अनुषंगिक, प्रतिव्यवहारी बँका, आंतरराष्ट्रीय बँक व्यवसाय करार–बेसल मानके, लिबोरचा परिचय, आंतरराष्ट्रीय नाणेनिधीची कार्ये व महत्त्व, आंतरराष्ट्रीय पुनर्रचना व विकास बँकेची (जागतिक बँक) कार्ये व महत्त्व आणि नवीन विकास बँकेची कार्ये व महत्त्व याविषयी स्पष्टीकरण दिले आहे.

४.१ आंतरराष्ट्रीय बँक व्यवसाय–संकल्पना, वर्गीकरण ऑफशोअर बँक व्यवसाय युनिट, परकीय बँका, विदेशी उपकंपन्या/अनुषंगिक, प्रतिव्यवहारी बँका (International Banking-Concept, Classification-Offshore Banking Unit, Foreign Banks, Foreign Subsidiaries/ Affiliates, Correspondent Banks) :

४.१.१ आंतरराष्ट्रीय बँक व्यवसाय संकल्पना :

आंतरराष्ट्रीय व्यापार सुलभ करण्यासाठी बँकांद्वारे देऊ केलेल्या सर्व सेवांचा गोषवारा आंतरराष्ट्रीय बँकिंग किंवा बँक व्यवसाय देते, ज्यात गुंतवणूक, कर्ज देणे आणि सीमापार व्यवहार यांचा समावेश आहे. आंतरराष्ट्रीय बँकिंग ही इतर बँकिंग सेवेप्रमाणेच आहे, परंतु ती वेगवेगळ्या देशांमध्ये किंवा आंतरराष्ट्रीय स्तरावर चालते. ही एका देशाच्या निवासी

बँकेद्वारे दुसऱ्या देशातील रहिवाशांना वित्तीय सेवांची व्यवस्था आहे. बहुतांश बहुराष्ट्रीय कंपन्या आणि व्यक्ती या बँकिंग सुविधेचा वापर व्यवहारासाठी करतात.

आंतरराष्ट्रीय बँकिंग व्यापाऱ्यांना त्यांचा व्यवसाय आणि व्यापार व्यवहार देशाच्या सीमेपलीकडे वाढवण्यास मदत करते. बँका निर्यात आणि आयात व्यापारात महत्त्वपूर्ण भूमिका बजावतात. विविध प्रकारचे आर्थिक आणि बिगर-आर्थिक सहाय्य प्रदान करून, बँका उद्योगांना, कॉर्पोरेट ग्राहकांना आणि वेगवेगळ्या देशांमध्ये व्यवसाय करणाऱ्या व्यक्तींना, व्यापार वित्त आणि गुंतवणुकीच्या संधींचा विस्तार करून मदत करतात. बँका त्यांच्या नेटवर्कद्वारे आणि संबंधित बँकिंग व्यवस्थेद्वारे निधीची (आवक आणि जावक रक्कम) हालचाल देखील सुलभ करतात. इतर देशांमध्ये मुख्यालये असलेल्या कंपन्या आंतरराष्ट्रीय बँकिंगद्वारे कोणत्याही अडचणीशिवाय त्यांची बँक खाती व्यवस्थापित करू शकतात आणि इतर देशांतील वित्तीय सेवांचा लाभ घेऊ शकतात.

आंतरराष्ट्रीय बँकिंग विविध देशांतील कंपन्यांना व्यवसाय करण्याची सुलभता प्रदान करते. एखादी व्यक्ती किंवा बहुराष्ट्रीय कंपन्या त्यांचे पैसे जगभरात कुठेही वापरू शकतात. यामुळे त्यांना जगातील कोणत्याही भागामध्ये व्यवहार आणि निधीची आवश्यकता पूर्ण करण्यासाठी त्यांचे पैसे वापरण्याचे स्वातंत्र्य मिळते. आंतरराष्ट्रीय बँकिंग व्यवसायाला आंतरराष्ट्रीय बिल पेमेंट करण्याची परवानगी देते. चलन रूपांतरण सुविधेमुळे कंपन्यांना सहज पैसे भरता येतात आणि प्राप्त होतात. ओव्हरड्राफ्ट सुविधा, कर्ज, ठेवी इत्यादी फायदे प्रत्येक वेळी परदेशातील व्यवहारांसाठी उपलब्ध असतात.

एक बहुराष्ट्रीय कंपनी आंतरराष्ट्रीय बँकिंगच्या मदतीने जागतिक खात्यांचे रेकॉर्ड योग्य रीतीने राखू शकते. कंपनीचे सर्व व्यवहार जगभरातील बँकांच्या खातेवह्यात नोंदवले जातात. आकडेवारी संकलित करून, कंपनीचे खाते राखले जाऊ शकते. जागतिकीकरण आणि जगभरातील वाढत्या अर्थव्यवस्थांमुळे आंतरराष्ट्रीय बँकिंग सुविधांचा विकास झाला आहे. जग आता एक बाजारपेठ आहे आणि प्रत्येक व्यवसायाला त्याचा फायदा घ्यायचा आहे. भौगोलिक सीमा आता चिंतेची बाब नाही. तंत्रज्ञानाच्या उपलब्धतेमुळे बँकिंग सुविधा मोठ्या प्रमाणात वाढल्या आहेत.

४.१.२ वर्गीकरण (Classification) :

आंतरराष्ट्रीय बँकिंग किंवा बँक व्यवसायाचे वर्गीकरण पुढीलप्रमाणे :

१) ऑफशोर बँकिंग युनिट (Offshore Banking Unit) :

ऑफशोर बँकिंग युनिट (OBU) ही बँक शेल (shell) शाखा आहे, जी दुसऱ्या आंतरराष्ट्रीय वित्तीय केंद्रात स्थित आहे. उदाहरणार्थ, ऑफशोअर बँकिंग युनिट ही लंडनस्थित बँक असू शकते जिची शाखा दिल्लीत आहे. ऑफशोअर बँकिंग युनिट्स जेव्हा परकीय बँका आणि इतर ऑफशोर बँकिंग युनिट कडून ठेवी स्वीकारतात तेव्हा ते युरोकरन्सी बाजारामध्ये कर्ज देतात. स्थानिक चलन सत्ता आणि सरकारचे ऑफशोर बँकिंग युनिटच्या व्यवहारांवर निर्बंध नसतात. ऑफशोर बँकिंग युनिट राष्ट्रीय नियमांबाबत लक्षणीयरीत्या अधिक लवचिकतेचा फायदा घेऊ शकतात. मात्र, ज्यामध्ये ते भौतिकदृष्ट्या (physically) स्थित आहेत तेथे त्यांना देशांतर्गत ठेवी स्वीकारण्याची किंवा देशाच्या रहिवाशांना कर्ज देण्याची परवानगी नसते.

ऑफशोर बँक ही एक बँक आहे जी आंतरराष्ट्रीय बँकिंग परवान्याअंतर्गत चालविली जाते आणि नियंत्रित केली जाते (बहुतेकदा ऑफशोअर परवाना म्हणतात), जो सामान्यत: बँकेला स्थापनेच्या अधिकारक्षेत्रात कोणतेही व्यावसायिक व्यवहार स्थापित करण्यास प्रतिबंधित करतो. कमी नियमन आणि पारदर्शकतेमुळे, ऑफशोअर बँकांमधील खाती अनेकदा अघोषित उत्पन्न लपवण्यासाठी वापरली जात होती.

ऑफ-शोअर बँकिंग केंद्र हे एक प्रकारचे बँकिंग क्षेत्र आहे जे परकीय खात्यांना परवानगी देते. ऑफशोअर बँकिंग त्या विशिष्ट देशाच्या बँकिंग नियमनापासून मुक्त असते. ऑफशोर बँक ऑफशोर वित्तीय केंद्रांमध्ये स्थित आहेत, ज्यांना सामान्यतः टॅक्स हेव्हन्स म्हणतात. कंपन्या आणि व्यक्तींनी त्यांचे पैसे ऑफशोर बँकांमध्ये जमा करण्याचे एक प्रमुख कारण त्यांच्या देशामध्ये खटले किंवा राजकीय अस्थिरतेपासून मालमत्ता संरक्षण आहे.

२) परकीय बँका (Foreign Banks) :

परकीय बँका अशा बँकिंग कंपन्या आहेत ज्या मुख्यालयापेक्षा वेगळ्या देशात शाखा उघडतात. परकीय बँकांचे नोंदणीकृत कार्यालय एका देशात असून बहुराष्ट्रीय ग्राहकांना अधिक चांगल्या सेवा आणि सुविधा देण्यासाठी इतर देशांमध्ये त्या शाखा उघडतात. परकीय बँका अनेकदा कमी कर असलेल्या देशांचा वापर करतात. तेथे शाखा उघडून त्या जास्त नफा मिळवू शकतात. तसेच, परकीय बँकांना चांगली ओळख आणि ग्राहक आधार आहे. या परकीय बँकांना त्यांचा मूळ देश आणि शाखा असलेला देश अशा दोन्ही देशांचे नियम पाळावे लागतात. त्यात कर्ज देणे, कर्ज घेणे इत्यादीसाठी मार्गदर्शक तत्त्वे समाविष्ट आहेत.

परकीय बँका आंतरराष्ट्रीय व्यापार सुलभ करतात. लोक समान बँक खात्यांसह सहजपणे काम करू शकतात. परकीय बँका सहकार्याला प्रोत्साहन देतात. हे आंतरराष्ट्रीय कंपन्यांसाठी दरवाजे उघडतात. परकीय बँकांकडेही मोठ्या प्रमाणात भांडवल आहे. या बँका मोठ्या बँकेच्या उपकंपन्या आहेत. अशा प्रकारे, त्या अधिक कर्ज देण्यास सक्षम आहेत.

३) परकीय दुय्यम किंवा उपकंपन्या/ संलग्नक (Foreign Subsidiaries/ ffiliates) :

एक दुय्यम किंवा उपकंपनी बँक एका देशात विधिसंस्थापित असते, परंतु दुसऱ्या देशातील मूळ बँकेच्या अंशतः किंवा पूर्णपणे मालकीची असते. संलग्न कंपनी त्यासारख्याच पद्धतीने कार्य करते शिवाय ती पूर्णपणे मूळ कंपनीच्या मालकीची नसते आणि स्वतंत्रपणे चालते. दुय्यम किंवा उपकंपन्या म्हणजे एका देशात अंतर्भूत (incorporate) असलेल्या बँका ज्या दुसऱ्या देशातील मूळ बँकेच्या आंशिक किंवा पूर्णपणे मालकीच्या असतात. संलग्नक (affiliates) हे दुय्यम किंवा उपकंपन्यांपेक्षा काहीसे वेगळे आहेत जसे की ते मूळ बँकेच्या मालकीचे नसते. ते स्वतंत्रपणे कार्य करतात.

शाखा कार्यालयांप्रमाणेच, उपकंपनी आणि संलग्नक बँकांचा देखील नवीन बाजारपेठांपर्यंत पोहोचण्यासाठी वापर केला जाऊ शकतो. या घटकांचा मुख्य फरक मालकी संरचनेत आणि स्वातंत्र्याच्या पातळीमध्ये आढळू शकतो. दुय्यम किंवा उपकंपनी बँक बहुसंख्य-मालकीची (majority-owned) (५० टक्क्यापेक्षा जास्त) असते आणि ती मूळ बँकेद्वारे नियंत्रित केली जाते, याचा अर्थ असा की मूळ बँकेकडे धोरणात्मक आणि क्रियात्मक नियंत्रण असते. याउलट, संलग्नक बँकेत मालकी हक्क ५० टक्क्यापेक्षा पेक्षा कमी आहे, ज्यामुळे नियंत्रण पातळी देखील कमी होते.

४) प्रतिव्यवहारी बँका (Correspondent Banks) :

प्रतिव्यवहारी बँक ही एक तृतीय-पक्ष (third-party) वित्तीय संस्था आहे जी देशांतर्गत आणि आंतरराष्ट्रीय बँकांमधील मध्यस्थ म्हणून काम करते. प्रतिव्यवहारी किंवा करस्पॉन्डंट बँका परकीय बँकेच्या वतीने देशांतर्गत बँकेसोबत व्यवसाय व्यवहार करण्यासाठी त्यांचे एजंट म्हणून प्रभावीपणे काम करतात. वेगवेगळ्या देशांमध्ये

असलेल्या वेगवेगळ्या बँकांमधील संबंध प्रतिव्यवहारी किंवा करस्पॉन्डंट बँकांमध्ये अंतर्भूत आहेत. बहुराष्ट्रीय कंपन्या त्यांच्या आंतरराष्ट्रीय बँकिंगसाठी या प्रकारच्या बँकेचा वापर करतात. या प्रकारच्या बँका लहान आकाराच्या आहेत आणि त्यांच्या देशाबाहेर असलेल्या ग्राहकांना त्या सेवा प्रदान करतात.

प्रतिव्यवहारी किंवा करस्पॉन्डंट बँका अखंड सीमापार व्यवहार सुलभ करण्यासाठी परदेशातील इतर बँकांशी संबंध प्रस्थापित करतात. प्रतिव्यवहारी किंवा करस्पॉन्डंट बँकिंग संबंध बँकांना परदेशात प्रत्यक्ष उपस्थितीशिवाय व्यवहार करण्यास सक्षम करतात. किंवा सोप्या भाषेत: प्रतिव्यवहारी बँक देशांतर्गत आणि परकीय बँकांना जोडते आणि मध्यस्थ म्हणून काम करते. प्रतिव्यवहारी किंवा करस्पॉन्डंट बँक ही एक वित्तीय संस्था आहे जी दुसऱ्याला, सामान्यतः दुसऱ्या देशात सेवा प्रदान करते. हे मध्यस्थ किंवा एजंट म्हणून काम करते, वायर ट्रान्सफर सुलभ करते, व्यावसायिक व्यवहार करते, ठेवी स्वीकारते आणि दुसऱ्या बँकेच्या वतीने कागदपत्रे गोळा करते.

देशांतर्गत बँका इतर देशांत उगम पावलेल्या किंवा पूर्ण झालेल्या व्यवहारांसाठी करस्पॉन्डंट बँकांचा वापर करतात. देशांतर्गत बँका सामान्यत: परदेशात शाखा न उघडता परकीय वित्तीय बाजारपेठांमध्ये प्रवेश मिळवण्यासाठी आणि आंतरराष्ट्रीय ग्राहकांना सेवा देण्यासाठी प्रतिव्यवहारी किंवा करस्पॉन्डंट बँकांचा वापर करतात.

४.२ आंतरराष्ट्रीय बँक व्यवसाय करार–बेसल मानके ; लिबोर (LIBOR) चा परिचय (International Banking Agreements-Basel Norms; Introduction to LIBOR)

आंतरराष्ट्रीय बँक व्यवसाय करार–बेसल मानके आणि लिबोर (LIBOR) चा परिचय याविषयी स्पष्टीकरण पुढे दिले आहे.

४.२.१ आंतरराष्ट्रीय बँकिंग किंवा बँक व्यवसाय करार–बेसल मानके :

बेसल किंवा बॅसल मानके किंवा प्रमाणके, ज्यांना बेसल नियमावली म्हणूनही ओळखले जाते, हे बेसल समितीने जारी केलेले आंतरराष्ट्रीय बँकिंग नियम आहेत. बेसल समितीची स्थापना १९७४ मध्ये करण्यात आली. या समितीने विविध बँकिंग पर्यवेक्षण बाबींसाठी मानके निश्चित केली. जगभरातील बँकिंग नियमांचा समन्वय सुनिश्चित करणे हे या मानकांचे मुख्य उद्दिष्ट आहे. बेसल मानकांना बँकिंग पर्यवेक्षण करार (banking supervision accords) म्हणून देखील संबोधले जाते. विविध बँकांचे भांडवल गुणोत्तर वाढवण्याच्या उद्देशाने ही साधी मानके आहेत. त्यांनी विश्लेषणात्मक तुलनात्मक मूल्यांकनासाठी एक बेंचमार्क देखील प्रदान केला आहे.

जगभरातील बँका वेगवेगळ्या प्रकारच्या कर्जदारांना कर्ज देतात ज्यांची पतयोग्यता वेगळी असते. ते जनतेच्या ठेवी आणि बाजारातून उभे केलेले पैसे कर्ज देतात. यामुळे बँकांना डिफॉल्टच्या विविध जोखमींचा सामना करावा लागतो. परिणामी, वसुली न होण्याच्या जोखमीच्या बाबतीत बँकांना काही टक्के भांडवल सुरक्षितता म्हणून ठेवावे लागते. या जोखमीचा सामना करण्यासाठी बेसल समितीने विविध निकष तयार केले आहेत.

पत जोखीम आणि बाजार जोखीम व्यवस्थापित करण्यासाठी आंतरराष्ट्रीय नियामक चौकट तयार करण्याच्या उद्देशाने बेसल कराराची स्थापना करण्यात आली. त्यांचे मुख्य कार्य बँकांकडे त्यांच्या आर्थिक जबाबदाऱ्या पूर्ण करण्यासाठी आणि वित्तीय व आर्थिक संकटात टिकून राहण्यासाठी पुरेसा रोख साठा आहे याची खात्री करणे हे आहे. कॉर्पोरेट गव्हर्नन्स, जोखीम व्यवस्थापन आणि पारदर्शकता बळकट करण्याचेही त्यांचे उद्दिष्ट आहे. हे नियम आंतरराष्ट्रीय बँकिंग प्रणालीवर

नियंत्रण ठेवणाऱ्या नियमांचा सर्वात व्यापक संच मानला जातो. बेसल करार किंवा एकॉर्ड्स बेसल १, बेसल २ आणि बेसल ३ मध्ये विभागले जातात.

बँकिंग नियमनाची गरज ही बँकिंग व्यवस्था बिघडल्यास किंवा बँक अपयश आणि व्यवस्थात्मक संकटांमुळे उद्भवणाऱ्या सामाजिक-आर्थिक खर्चाच्या चिंतेमध्ये आहे. परिणामी, विशेषतः ठेवीदारांच्या हिताचे रक्षण करण्यासाठी आणि सर्वसाधारणपणे निरोगी गुंतवणुकीच्या वातावरणास प्रोत्साहन देण्यासाठी सुरक्षित आणि सुदृढ बँकिंग प्रणाली सुनिश्चित करण्यासाठी आर्थिक स्थिरता राखणे हे बँकिंग उद्योग नियमनचे प्रमुख उद्दिष्ट आहे. बेसल समितीने पुढील नियमावलीचे संच जारी केले आहेत.

बेसल १ :

बेसल १ प्रमाणके १९८८ मध्ये सादर करण्यात आली. ही बेसल नियमावली पत जोखमीवर केंद्रित आहे. आंतरराष्ट्रीय बँकांची वाढती संख्या आणि वित्तीय बाजारांचे वाढते एकीकरण आणि परस्परावलंबन यांना प्रतिसाद म्हणून त्याची निर्मिती करण्यात आली. अनेक देशांतील नियामकांना चिंता होती की आंतरराष्ट्रीय बँकांकडे पुरेसा रोख साठा नाही. त्यावेळी आंतरराष्ट्रीय वित्तीय बाजारपेठा खोलवर एकात्मिकृत झाल्यामुळे, (deeply integrated) एका मोठ्या बँकेच्या अपयशामुळे अनेक देशांमध्ये संकट येऊ शकते. जेव्हा कर्जदार कर्जाची परतफेड करण्यात किंवा कराराच्या जबाबदाऱ्या पूर्ण करण्यात अयशस्वी ठरतो तेव्हा पत जोखीम उद्भवते. या नियमावलीने बँकांसाठी भांडवल आणि जोखीम भाराची रचना परिभाषित केली आहे. जोखीम-भारित मालमत्तेच्या ८ टक्के म्हणून किमान भांडवलाची आवश्यकता निश्चित किंवा सेट केली गेली. जोखीम-भारित मालमत्ता म्हणजे बँकेच्या मालमत्तेचा जोखमीनुसार भार ठरवला जातो. बेसल १ ची अंमलबजावणी १९९२ मध्ये जी१० देशांमध्ये कायद्याद्वारे करण्यात आली होती, परंतु १०० हून अधिक देशांनी किरकोळ सानुकूलनासह (customizations) नियम लागू केले. आंतरराष्ट्रीय बँकांसाठी किमान राखीव आवश्यकता निश्चित करून वित्तीय व्यवस्थेची स्थिरता सुधारणे हे या नियमांचे उद्दिष्ट आहे.

विविध मालमत्तेच्या जोखीम-भाराद्वारे पत जोखीम व्यवस्थापित करण्यासाठी एक चौकट देखील पुरवली आहे. बेसल १ नुसार, जोखीम भाराच्या आधारावर मालमत्तांचे जोखीम-मुक्त मालमत्तेसाठी ० टक्के (रोख रक्कम, ट्रेझरी बाँड),इतर बँकांना कर्जे किंवा सर्वोच्च क्रेडिट रेटिंग असलेल्या सिक्युरिटीजसाठी २० टक्के, निवासी गहाणखतांसाठी ५० टक्के आणि कॉर्पोरेट कर्जासाठी १०० टक्के अशा चार श्रेणींमध्ये वर्गीकरण केले गेले. आंतरराष्ट्रीय बँकांना कमी जोखमीच्या गुंतवणुकीसाठी भांडवल वाटप करण्यासाठी मार्गदर्शन करण्यात आले. कॉर्पोरेट कर्जाला प्राधान्य देऊन सार्वभौम (sovereign) कर्ज आणि निवासी गहाणखत गुंतवणूक करण्यासाठी बँकांना प्रोत्साहन देण्यात आले.

बेसल २ :

बेसल २ हा बेसल १ चा विस्तार, असून तो २००४ मध्ये सादर करण्यात आला. मुख्यतः क्रियात्मक किंवा ऑपरेशनल जोखीम पैलूंवर लक्ष केंद्रित करून, अधिक जोखीम-संवेदनशील भांडवली आवश्यकता विकसित करण्याचे त्यांचे उद्दिष्ट होते. लवचिक आणि जोखीम-संवेदनशील भांडवली व्यवस्थापन चौकट प्रदान करण्यासाठी किमान भांडवल आवश्यकता पर्यवेक्षी पुनरावलोकन आणि बाजार शिस्त या तीन स्तंभांचा विचार केला गेला.

बेसल २ ने अधिक व्यापक जोखीम व्यवस्थापन चौकट तयार केली. पत, क्रियात्मक किंवा जोखीम (operational) आणि बाजार जोखीम यासाठी प्रमाणित उपाय तयार करून हे केले. बँकांना त्यांच्या किमान भांडवलाची आवश्यकता निश्चित करण्यासाठी या उपाययोजनांचा वापर करणे बंधनकारक होते. बेसल १ ची एक महत्त्वाची मर्यादा ही होती की किमान भांडवलाची आवश्यकता फक्त पत जोखीम पाहून निर्धारित केली जाते. याने

आंशिक जोखीम व्यवस्थापन प्रणाली प्रदान केली, कारण प्रचालन आणि बाजार जोखीम या दोन्हीकडे दुर्लक्ष केले गेले. बेसल २ ने क्रियात्मक जोखीम जोखीम मोजण्यासाठी प्रमाणित उपाय तयार केले. नियमांचे निरीक्षण करण्यासाठी प्रकटीकरण आवश्यकता विकसित करून पर्यवेक्षी यंत्रणा आणि बाजार पारदर्शकता मजबूत केली. शेवटी, हे सुनिश्चित केले की बाजारातील सहभागींना माहितीचा अधिक चांगला प्रवेश मिळाला.

बेसल ३ :

२००८ च्या जागतिक वित्तीय संकटाने आंतरराष्ट्रीय वित्तीय प्रणालीच्या कमकुवतपणाचा पर्दाफाश केला आणि बेसल ३ ची निर्मिती झाली. बेसल ३ नियमावलीची निर्मिती २०१० मध्ये वित्तीय संकटानंतर करण्यात आली. बॅसेल ३ हा बँकिंग क्षेत्राचे नियमन, पर्यवेक्षण आणि जोखीम व्यवस्थापन बळकट करण्याच्या उद्देशाने बँकिंग पर्यवेक्षणावरील बेसल समितीने डिझाइन आणि विकसित केलेल्या सुधारणा उपायांचा एक व्यापक संच आहे. बेसल ३ ने वित्तीय संकट निर्माण करणारी प्रमुख कारणे ओळखली. त्यामध्ये खराब कॉर्पोरेट गव्हर्नन्स व रोखता व्यवस्थापन, नियामक निर्बंधांच्या अभावामुळे जास्त प्रमाणात भांडवली संरचना आणि बेसल १ आणि २ मधील चुकीची प्रोत्साहने यांचा समावेश आहे.

बेसल ३ ने बेसल १ आणि २ मध्ये वर्णन केलेली किमान भांडवलाची आवश्यकता मजबूत केली. याव्यतिरिक्त, त्याने विविध कर्ज भांडवल गुणोत्तर आणि रोखता प्रमाण आवश्यकता सादर केल्या. बासेल ३ मधील नियमावलीनुसार, बँकांना टियर १ भांडवल गुणोत्तर (Tier 1 Capital Ratio) आणि कर्ज भांडवल गुणोत्तर (Leverage Ratio) ही वित्तीय गुणोत्तरे राखणे आवश्यक केले. तसेच, बेसल ३ मध्ये नवीन भांडवल राखीव निधी आवश्यकत आणि पत विस्ताराच्या कालावधीत राखीव निधी वाढवण्यासाठी आणि कमी कर्जाच्या कालावधीत आवश्यक शिथिल करण्यासाठी चक्रविरोधी उपायांचा समावेश आहे. नवीन मार्गदर्शक तत्त्वांनुसार, बँकांचे आकारमान आ अर्थव्यवस्थेतील एकूण महत्त्वाच्या आधारे विविध गटांमध्ये वर्गीकरण करण्यात आले. मोठ्या बँकांना अर्थ... जास्त महत्त्व असल्यामुळे त्यांना जास्त राखीव आवश्यकता लागू झाल्या.

आंतरराष्ट्रीय वित्तीय बाजारांच्या कामकाजासाठी बेसल करार अत्यंत महत्त्वाचे आहेत. ते कधीही ... शकत नाहीत आणि वर्तमान बाजार परिस्थिती व भूतकाळातून शिकलेल्या धड्यांवर आधारित सतत अद्ययावत आवश्यक आहे.

४.२.२ लिबोरचा (LIBOR) चा परिचय :

लीबोर (LIBOR) हे लंडन इंटरबँक ऑफर रेटचे संक्षिप्त रूप असून आंतरबँक बाजारामध्ये बिगरतारण अल्प-कर्जासाठी जागतिक संदर्भ दर आहे. लिबोर किंवा लंडन इंटरबँक ऑफर रेट (LIBOR) हा निर्देशांक संच आहे जो वर्तमान बाजार परिस्थिती प्रतिबिंबित करण्याच्या उद्देशाने बेंचमार्क म्हणून कार्य करतो. इ... बँकांना अल्प मुदतीसाठी बिगरतारण कर्ज देणाऱ्या जागतिक बँकांसाठी हा स्वीकृत बेंचमार्क व्याज ... जगातील आंतरबँक बाजारातील कर्जाची किंमत दर्शवतो. गहाणखतांसह व्याज आणि चलन दर ... असलेल्या अदलाबदल किंवा स्वॅप्सच्या माध्यमातून किंमत ठरवली जाते. बँकांचे वित्तीय आरोग्य ... बँकांच्या नजीकच्या धोरणात्मक दरातील बदलांची संभाव्य दिशा त्यावरून निश्चित केली जाते. ली... चा वापर मध्यवर्ती बँकांद्वारे अंतिम केलेल्या व्याज दरांसाठी बाजाराच्या अपेक्षांचे मानक गेज (star... म्हणून देखील केला जातो.

लीबोर (LIBOR) दरांची गणना वास्तविक व्यवहारांच्या आधारे केली जात नाही. लिबोरची गणना प्रमुख जागतिक बँकांनी एकमेकांकडून कर्ज घेण्यासाठी वापरलेल्या सरासरी व्याज दराच्या आधारे केली जाते. ICE किंवा Intercontinental Exchange लीबोरला प्रशासित करते. दर ठरवण्याआधी, ICE प्रख्यात आंतरराष्ट्रीय बँकांकडून त्या आकारण्यायोग्य व्याजाची चौकशी करते, ज्यावर ते इतर बँकांना अल्प कालावधीसाठी कर्ज देऊ शकतात. ICE बँकांनी पाठवलेल्या दरांची मांडणी उतरत्या क्रमाने करते; नंतर तळाच्या आणि वरच्या चतुर्थकांना वगळून दुरुस्थ किंवा आउटलियर्स काढले जातात. दुरुस्थ किंवा आउटलियर्स काढून टाकल्यानंतर, उर्वरित दरांच्या गणितीय मध्याची गणना करून अंतिम दर प्राप्त केला जातो. वरील प्रक्रिया सात परिपक्वता अटींसाठी वैयक्तिकरित्या पाच चलनांसाठी पुनरावृत्ती केली जाते; परिणामी, संदर्भाचे ३५ दर व्युत्पन्न केले जातात. कर्ज घेण्यासाठी सर्वाधिक वारंवार वापरला जाणारा संदर्भ दर ३ महिन्यांचा आहे. गणना केलेले दर ICE द्वारे दररोज प्रकाशित केले जातात.

जेव्हा एखादी संस्था इंटरबँक ऑफरद्वारे ठरवलेल्या व्याजासह कर्जासाठी अर्ज करते, तेव्हा वित्तीय संस्था लीबोर (LIBOR) दर लक्षात घेते आणि त्यानंतर अर्जदाराचे उत्पन्न, क्रेडिट रेटिंग आणि कर्जाचा कालावधी लक्षात घेऊन र्ज जारी करण्यासाठी अतिरिक्त टक्केवारी लावते. जागतिक चलन बाजारात, लिबोर जगभरातील विविध कर्जांच्या न दर मोजणीसाठी एक आधार देऊन परकीय चलनाच्या (Forex) व्यापाराची सोय करते. बँकांद्वारे असुरक्षित उपलब्ध करण्याशी (funding) निगडीत असलेल्या इतर बेंचमार्क व्याज दरांपेक्षा हे दर वाजवीपणे अधिक आहेत.

धनको, कर्जदार, गुंतवणूकदार आणि वित्तीय संस्था या व्यवहारांसाठी व्याज दर आणि किंमत निश्चित लीबोरवर अवलंबून असतात. लीबोर चा वापर केवळ वित्तीय बाजारांमध्येच केला जात नाही, तर तो कार्ड आणि विद्यार्थी कर्ज यांसारख्या ग्राहक कर्ज उत्पादनांसाठी बेंचमार्क दर म्हणूनही काम करतो. र, लीबोर हा अल्प-मुदतीच्या व्याजदरांसाठी महत्त्वपूर्ण बेंचमार्क मानला जातो. बचत, कर्ज आणि व्याज दर ठरवताना बँका लीबोर दर वापरतात. स्वॅप, फ्युचर्स आणि पर्यायांसह अनेक वित्तीय र दर देखील आधारभूत दर म्हणून घेतला जातो.

महत्त्व-आंतरराष्ट्रीय नाणेनिधी, आंतरराष्ट्रीय पुनर्रचना आणि विकास बँक (जागतिक विकास बँक (Functions and Importance-International Monetary Fund Bank for Reconstruction and Development (World Bank), New Bank)

ष्ट्रीय पुनर्रचना आणि विकास बँक (जागतिक बँक), नवीन विकास बँक यांची कार्ये

र्ये आणि महत्त्व :

आंतरराष्ट्रीय चलनविषयक संस्था असून यास निधी असेही म्हटले जाते.तिचे न वुड्स कराराखाली ४४ देशांनी जुलै १९४४ मध्ये आंतरराष्ट्रीय नाणेनिधीची र आणि संतुलित वृद्धी घडवून आणण्याच्या दृष्टीने सभासद राष्ट्रात आर्थिक संस्थेची स्थापना करण्यात आली. सध्या आंतरराष्ट्रीय नाणेनिधीचे १८९

अ) आंतरराष्ट्रीय नाणेनिधीची रचना :

आंतरराष्ट्रीय नाणेनिधीची रचना पुढीलप्रमाणे :

१) नियामक मंडळ :

नियामक मंडळ (Board of Governors) ही आंतरराष्ट्रीय नाणेनिधीची सर्वोच्च निर्णय घेणारी संस्था आहे. यात प्रत्येक सदस्य देशाचे एक नियामक किंवा गव्हर्नर आणि एक बदली नियामक गव्हर्नर असतात. नियामक किंवा गव्हर्नर सदस्य देशाद्वारे नियुक्त केला जातो आणि सामान्यत: तो अर्थमंत्री किंवा मध्यवर्ती बँकेचा प्रमुख असतो. नियामक मंडळाने आपले बहुतेक अधिकार आंतरराष्ट्रीय नाणेनिधीच्या कार्यकारी मंडळाकडे सुपूर्द केले आहेत, परंतु कोटा वाढीस मान्यता, विशेष आहरणअधिकार (SDR) वाटप, नवीन सदस्यांचे प्रवेश, सदस्यांना सक्तीने काढणे आणि कराराची नियमावली व उपविधी किंवा नियम यात सुधारणा याचा अधिकार कायम आहे. नियामक मंडळ कार्यकारी संचालकांची निवड किंवा नेमणूक देखील करते आणि ते नाणेनिधीच्या कराराच्या नियमावलीच्या स्पष्टीकरण संबंधित मुद्यांवरील अंतिम निर्णयकर्ता किंवा लवाद आहे.

जागतिक बँक समूह आणि आंतरराष्ट्रीय नाणेनिधीचे नियामक मंडळ यांची साधारणपणे वर्षातून एकदा बैठक होते. या वार्षिक बैठकी दरम्यान त्यांच्या संबंधित संस्थांच्या कामकाजाबद्दल चर्चा करतात. वार्षिक सभा जागतिक बँक आणि आंतरराष्ट्रीय नाणेनिधी गव्हर्नरच्या अध्यक्षतेखाली होतात. दर दोन वर्षांनी वार्षिक बैठकीच्या वेळी जागतिक बँक व नाणेनिधीचे गव्हर्नर आपापल्या कार्यकारी मंडळांवर कार्यकारी संचालक निवडतात.

२) मंत्रालयीन किंवा मंत्री समिती (ministerial committees) :

आंतरराष्ट्रीय नाणेनिधी नियामक मंडळाला आंतरराष्ट्रीय चलनविषयक व वित्तीय समिती (IMFC) आणि विकास समिती या दोन मंत्रालयीन किंवा मंत्री समिती सल्ला देतात. आंतरराष्ट्रीय चलनविषयक व वित्तीय समिती (IMFC)चे २४ सदस्य असतात जे १८९ गव्हर्नरमधून घेतलेले असतात. अशा प्रकारे ही समिती नाणेनिधीच्या सर्व (१८९) सदस्य देशांचे प्रतिनिधित्व करते.

आंतरराष्ट्रीय चलनविषयक व वित्तीय समितीची वर्षातून दोनदा बैठक होते. ही समिती जागतिक अर्थव्यवस्थेला बाधा आणणाऱ्या सामान्य चिंतेच्या बाबींवर चर्चा करते आणि आंतरराष्ट्रीय नाणेनिधीस त्याच्या कार्याच्या दिशेबाबत सल्ला देते. बैठकीच्या शेवटी, समिती संयुक्त परिपत्रक काढले जाते ज्यामध्ये त्यांचे विचार सारांशित केले जातात.

विकास समिती ही एक संयुक्त समिती आहे जी उदयोन्मुख आणि विकसनशील देशांच्या आर्थिक विकासाच्या मुद्द्यांबाबत आंतरराष्ट्रीय नाणेनिधी आणि जागतिक बँकेच्या नियामक मंडळास सल्ला देण्याचे काम करते. समितीचे २४ सदस्य आहेत (सामान्यत: वित्त किंवा विकास मंत्री). हे आंतरराष्ट्रीय नाणेनिधी आणि जागतिक बँकेचे संपूर्ण सदस्यसंख्येचे प्रतिनिधित्व करते आणि मुख्यतः गंभीर विकासाच्या मुद्यांबाबत आंतर-सरकारी (intergovernmental) सहमती निर्माण करण्यासाठी एक मंच म्हणून काम करते.

३) कार्यकारी मंडळ (The Executive Board) :

आंतरराष्ट्रीय नाणेनिधीचे २४-सदस्य कार्यकारी मंडळ नाणेनिधीचा दररोजचा व्यवसाय चालविते आणि त्याला नियामक मंडळाने सोपविलेल्या अधिकारांचा आणि त्याचबरोबर करारांच्या नियमावलीद्वारे (Articles of Agreement) प्रदान केलेल्या अधिकारांचा उपयोग करते.

आंतरराष्ट्रीय नाणेनिधीच्या कर्मचाऱ्यांच्या वार्षिक आरोग्य तपासणीपासून ते जागतिक अर्थव्यवस्थेसंदर्भात धोरणात्मक मुद्यांपर्यंत सर्व बाबींवर मंडळ चर्चा करते. मंडळ सहसा सहमतीच्या आधारे निर्णय घेते, परंतु कधीकधी औपचारिक मते घेतली जातात.

विविध सदस्य देशांमध्ये चलनविषयक सहकार्य प्रस्थापित करणे हे निधीचे सर्वात महत्त्वाचे उद्दिष्ट आहे. जगातील देशात चलनविषयक सहकार्याचा असलेला अभाव हे दुसऱ्या महायुद्धाचे प्रमुख कारण होते. भविष्यात युद्ध टाळण्यासाठी आंतरराष्ट्रीय चलनविषयक सहकार्य प्रस्थापित करण्याची आवश्यकता असल्याचे विचारात घेण्यात आले.

दुसऱ्या महायुद्धापूर्वी परकीय विनिमय दरात मोठ्या प्रमाणात अस्थैर्य असल्याचे दिसते. विनिमय दरातील अस्थैर्याचा आंतरराष्ट्रीय व्यापारावर प्रतिकूल परिणाम घडून आला. विनिमय दरातील अस्थैर्य दूर करण्यासाठी आंतरराष्ट्रीय नाणेनिधीची स्थापना करण्यात आली.

पूर्वीच्या जुन्या द्विपक्षीय कराराच्या जागी बहुपक्षीय (Multilateral) व्यापार आणि देणे (Payment) व्यवस्था स्थापन करणे हे आंतरराष्ट्रीय नाणेनिधीचे आणखी एक उद्दिष्ट आहे. आंतरराष्ट्रीय व्यापाराच्या मुक्त प्रवाहास द्विपक्षीय करारामुळे अडथळा येत असल्याने ही नवीन व्यवस्था निर्माण करण्यात आली.

दुसऱ्या महायुद्धापूर्वी जवळजवळ प्रत्येक देशाने आपला विनिमय दर विशिष्ट पातळीला राखण्यासाठी विनिमय नियंत्रणाचा अवलंब केला होता. त्याचा आंतरराष्ट्रीय व्यापारावर प्रतिकूल परिणाम झालेला होता. त्यामुळे अशी विनिमय नियंत्रणे दूर करणे किंवा शिथिल करणे आवश्यक असल्याचे लक्षात घेण्यात आले. आंतरराष्ट्रीय व्यापारास ज्यामुळे मर्यादा पडतात असे अडथळे दूर करून आंतरराष्ट्रीय व्यापारास प्रोत्साहन देणे हे आंतरराष्ट्रीय नाणेनिधीचे आणखी एक उद्दिष्ट आहे.

सभासद राष्ट्रांना व विशेषत: मागासलेल्या राष्ट्रांना संतुलित आर्थिक वृद्धी साध्य करण्याच्या बाबतीत आंतरराष्ट्रीय नाणेनिधी मदत करते. आंतरराष्ट्रीय व्यापाराची संतुलित वाढ घडवून आणण्यासाठी आंतरराष्ट्रीय नाणेनिधी सभासद राष्ट्रांना रोजगाराची वाढती पातळी गाठण्यास मदत करते.

आंतरराष्ट्रीय नाणेनिधी सभासद राष्ट्रांना व्यवहारतोलातील असमतोल दूर करण्यास किंवा नाहीसा करण्यास मदत करते. हे उद्दिष्ट साध्य करण्यासाठी आंतरराष्ट्रीय नाणेनिधीकडून सभासद राष्ट्रांना परकीय चलनाची विक्री केली जाते किंवा ते कर्जाऊ दिले जाते. मागासलेल्या आणि अल्पविकसित देशात भांडवलाची कमतरता असते. अशा देशात भांडवल गुंतवणुकीला प्रोत्साहन देणे हे आंतरराष्ट्रीय नाणेनिधीचे उद्दिष्ट आहे. आंतरराष्ट्रीय नाणेनिधी श्रीमंत देशांकडून गरीब देशांकडे भांडवल जाण्यास प्रोत्साहन देते. त्यामुळे गरीब देशांना उच्च राहणीमानाची पातळी साध्य करण्याच्या बाबतीत आर्थिक साधनसामग्री विकसित करणे शक्य होते. आंतरराष्ट्रीय नाणेनिधीचे आणखी एक उद्दिष्ट सभासद राष्ट्रांना साधनसामग्री उपलब्ध करून देऊन सभासद राष्ट्रांत आत्मविश्वास निर्माण करणे हे आहे. आंतरराष्ट्रीय नाणेनिधी व्यवहारतोल दुरुस्त करण्याच्या बाबतीत संधी उपलब्ध करून देते.

ब) आंतरराष्ट्रीय नाणेनिधीची कार्ये :

आंतरराष्ट्रीय नाणेनिधीची कार्ये पुढीलप्रमाणे आहेत.

१) विनिमय स्थैर्य :

आंतरराष्ट्रीय नाणेनिधीचे पहिले महत्त्वपूर्ण कार्य म्हणजे विनिमय स्थिरता राखणे आणि त्याद्वारे विनिमय दरामध्ये होणाऱ्या चढउतारांना परावृत्त करणे हे आहे. सोने किंवा अमेरिकन डॉलरच्या बाबतीत सर्व सदस्यांच्या चलनाच्या

मूल्यांच्या किंमतीची घोषणा करणे, अवमूल्यन निकषांची अंमलबजावणी करणे आणि घोषित सममूल्य व्यतिरिक्त इतर किंमतींवर सोने खरेदी करणे किंवा विक्री करण्यास मनाई यासारख्या व्यवस्थेद्वारे आंतरराष्ट्रीय नाणेनिधीने अशा प्रकारचे स्थैर्य सुनिश्चित केले आहे.

२) व्यवहारतोलातील असमतोल दूर करणे :

परकीय चलने विकून किंवा कर्जाद्वारे व्यवहारतोलातील अल्पकालीन असमतोल दूर करण्यास किंवा कमी करण्यास नाणेनिधी सदस्य देशांना मदत करीत आहे. नाणेनिधी आपल्या सदस्यांना त्यांच्या व्यवहारतोलातील दीर्घकालीन असमतोल दूर करण्यास मदत करते. आपल्या सदस्यांच्या अर्थव्यवस्थांमध्ये मूलभूत बदल झाल्यास, नाणेनिधी आपल्या सदस्यांना त्याच्या चलनांच्या सममूल्य (par values) बदलण्याचा सल्ला देऊ शकते.

३) सममूल्याचे निर्धारण :

नाणेनिधी सदस्य देशांच्या चलनांच्या सममूल्य निश्चितीच्या प्रणालीची अंमलबजावणी करते. नाणेनिधीच्या कराराच्या मूळ अनुच्छेदानुसार (Articles) प्रत्येक सदस्य देशास सोन्याच्या किंवा अमेरिकन डॉलरच्या बाबतीत त्याच्या चलनाचे सममूल्य मूल्य जाहीर करावे लागते. सुधारित अनुच्छेदानुसार सदस्यांना विनिमय बाजारातील मागणी पुरवठा शर्तींनुसार तसेच अंतर्गत किंमतीच्या पातळीच्या बरोबरीने विनिमय दर बदलण्याची स्वायत्तता दिली जाते.या अनुच्छेदाप्रमाणे, आंतरराष्ट्रीय चलनविषयक व्यवस्थेत योग्य कार्य आणि संतुलन सुनिश्चित करण्यासाठी आंतरराष्ट्रीय नाणेनिधी चलन विनिमय मूल्यातील अल्प मुदतीच्या हालचालींचा प्रतिकार करण्यासाठी हस्तक्षेप धोरण स्वीकारून संनिरीक्षण किंवा पाळत (surveillance) ठेवत आहे.

४) अर्थव्यवस्था स्थिर करणे :

आंतरराष्ट्रीय नाणेनिधी सदस्य देशांना विविध आर्थिक व चलनविषयक बाबींविषयी सल्ला देण्याचे आणि त्याद्वारे त्यांची अर्थव्यवस्था स्थिर ठेवण्यास मदत करण्याचे महत्त्वपूर्ण कार्य करते.

५) पत सुविधा :

आंतरराष्ट्रीय नाणेनिधी विविध कर्ज आणि पत सुविधा चालू ठेवत आहे, जेणेकरून सदस्य देशांना त्यांच्या व्यवहारतोलातील असमतोल सुधारण्यास मदत होते. या पत सुविधांमध्ये मूलभूत पत सुविधा, तीन वर्षांच्या कालावधीसाठी वाढीव निधी सुविधा, भरपाई वित्त सुविधा, ट्रस्ट फंड, रचनात्मक समायोजन सुविधा इत्यादींचा समावेश आहे. नाणेनिधी कर्ज घेणाऱ्या देशांकडून त्यांच्या कर्जावर व्याज आकारते.

६) चलनांची मागणी आणि पुरवठा यात समतोल राखणे :

विविध चलनांच्या मागणी व पुरवठ्यात संतुलन राखण्यासाठी आंतरराष्ट्रीय नाणेनिधीकडे महत्त्वपूर्ण कार्य सोपविण्यात आले आहे. त्या अनुषंगाने नाणेनिधी ज्या चलनास मोठ्या प्रमाणात मागणी असते त्यास दुर्लभ चलन (scarce currency) म्हणून घोषित करू शकते आणि ते संबंधित देशाकडून कर्ज घेऊन किंवा सोन्याच्या बदल्यात तेच चलन खरेदी करून पुरवठा वाढवू शकते.

७) रोखतेची देखभाल :

आंतरराष्ट्रीय नाणेनिधीचे आणखी एक महत्त्वाचे कार्य म्हणजे तिच्या साधनसंपत्तीची रोखता राखणे हे आहे. त्यानुसार, सदस्य देशांनी आंतरराष्ट्रीय नाणेनिधीकडून त्याच्या स्वत:च्या चलनाच्या बदल्यात कर्ज घेण्याची

तरतूद आहे. कर्ज घेणाऱ्या देशांना परिवर्तनीय चलनात कर्ज परतफेड करून त्यांचे स्वतःचे चलन पुन्हा खरेदी करण्याचे निर्देश दिलेले आहेत.

८) तांत्रिक सहाय्य :

अंतरराष्ट्रीय नाणेनिधी सदस्य देशांना तांत्रिक सहाय्य देण्याचे उपयुक्त कार्य करीत आहे. अशी तांत्रिक मदत सदस्य देशांना त्याचे विशेषज्ज्ञ व तज्ञांची सेवा देऊन आणि बाहेरील तज्ञांना पाठवून अशा दोन प्रकारे दिली जाते. तसेच अंतरराष्ट्रीय नाणेनिधीने पुढील दोन विशेष नवीन विभागांची स्थापना केली आहे.

अ) मध्यवर्ती बँकिंग सेवा विभाग आणि

ब) मध्यवर्ती बँका व राजकोषीय व्यवस्थापनासाठी सदस्य देशांना तज्ज्ञ पाठविण्याकरिता राजकोषीय व्यवहार विभाग.

९) प्रशुल्क कमी करणे :

निधी पाठविण्यावरील प्रतिबंध थांबविणे किंवा भेदभावी प्रथा टाळण्यासाठी सदस्या देशांद्वारे आंतरराष्ट्रीय व्यापारावर लावण्यात येणारे प्रशुल्क आणि इतर निर्बंध कमी करणे हे आंतरराष्ट्रीय नाणेनिधीचे ध्येय आहे.

१०) सर्वसाधारण देखरेख :

आंतरराष्ट्रीय नाणेनिधी सनदीच्या तरतुदींचा (provisions of the charter) भंग होऊ नये म्हणून सदस्य देशांच्या आर्थिक आणि राजकोषीय धोरणांवर सर्वसाधारण देखरेख ठेवते.

आंतरराष्ट्रीय नाणेनिधीचे महत्व :

विनिमय दर स्थिर करण्यात आंतरराष्ट्रीय नाणेनिधीची (IMF) भूमिका महत्त्वपूर्ण आहे. आंतरराष्ट्रीय नाणेनिधीमुळे आंतरराष्ट्रीय प्रदान समायोजन (payment adjustments) सुलभ झाले आहे. आंतरराष्ट्रीय नाणेनिधीचे महत्त्व पुढीलप्रमाणे स्पष्ट करता येईल.

१) विनिमय दरात स्थिरता :

आंतरराष्ट्रीय नाणेनिधी विनिमय दर धोरणांच्या बाबतीत स्पष्ट मार्गदर्शन करते. नाणेनिधीची धोरणे निर्यातीस चालना देण्यासाठी सदस्य देशांना स्पर्धात्मक अवमूल्यन करण्यास प्रतिबंध करतात. त्यामुळे नाणेनिधी अंतर्गत विनिमय व्यवस्था स्थिर आहे.

२) आंतरराष्ट्रीय व्यापाराच्या विकासात महत्व :

आंतरराष्ट्रीय व्यापार वाढीसाठी नाणेनिधीचे महत्त्वपूर्ण योगदान आहे. ती सर्व सदस्य देशांच्या चलनांचा संचायक (reservoir) किंवा साठा म्हणून काम करते. कर्ज घेणारा देश या साठ्यातून दुसऱ्या देशाचे चलन घेऊ शकतो. चालू व्यवहारांना वित्तपुरवठा करण्यासाठी सदस्य देशांना परकीय चलनात कर्ज दिले जाते. नाणेनिधी आर्थिक आणि वित्तीय बाबींविषयी तांत्रिक सल्ला देखील पुरविते. तसेच संशोधन अभ्यास करते आणि ते प्रकाशित करते. ही विविध प्रकारची मदत सदस्यांना व्यापारामधील त्यांचे प्रश्न सोडविण्यास मदत करते आणि त्याद्वारे आंतरराष्ट्रीय व्यापारास प्रोत्साहन देते.

३) एकाधिक विनिमय दराबाबत कडक शिस्त :

नाणेनिधी निर्बंधी व्यवहार (restrictive practices) अग्रस्थानी ठेवून सदस्य देशांना एकाधिक विनिमय दर स्वीकारण्याची परवानगी देत नाही. विनिमय दराची व्यवस्था लवचिकतेसह स्थिरतेच्या घटकास एकत्र करते. ती विनिमय दरामध्ये स्थिरता राखते.

४) कर्ज व विविध सुविधांची उपलब्धता :

नाणेनिधीचे मुख्य कार्य सदस्य देशांना कर्ज देणे हे आहे. नाणेनिधीने आपल्या सदस्यांकरीता विविध प्रकारच्या सुविधा उपलब्ध करून दिल्या आहेत. सुरुवातीला, कर्ज देण्याचे कार्य केवळ व्यवहारतोलातील तुटीच्या समस्येचे निराकरण करण्यापुरते मर्यादित होते. पण आता त्यात उल्लेखनीय विस्तार करण्यात आला आहे. सदस्य देशांना नियमित सुविधा, सवलतीच्या सुविधा आणि विशेष सुविधा मिळू शकतात. पत शृंखला (Credit Tranches) आणि विस्तारित निधी सुविधा या काही नियमित सुविधा आहेत. रचनात्मक समायोजन सुविधा आणि विस्तारित रचनात्मक समायोजन सुविधा या सदस्य देशांना देण्यात येणाऱ्या काही सवलतीच्या योजना आहेत. नाणेनिधीतर्फे देण्यात येणाऱ्या विशेष सुविधांमध्ये भरपाई आणि आकस्मिक वित्तपुरवठा सुविधा, पद्धतशीर रूपांतरण सुविधा आणि आकस्मिक पत सीमा यांचा समावेश आहे.

५) चलनांच्या परिवर्तनीयतेमध्ये मध्यस्त :

आंतरराष्ट्रीय बाजारपेठेमध्ये स्वतःची समानता शोधण्यासाठी जेव्हा एखादे चलन मोकळे सोडले जाते तेव्हा त्यास तरते (floating) असे म्हणतात. नाणेनिधी चलनांच्या परिवर्तनीयतेमध्ये मध्यस्त किंवा उत्प्रेरक आहे. नाणेनिधीकडून चलनांच्या संपूर्ण जागतिक परिवर्तनीयतेसाठी प्रयत्न केले जात आहेत.

६) आंतरराष्ट्रीय आर्थिक समस्यांबाबत सल्ला व मार्गदर्शन :

आंतरराष्ट्रीय आर्थिक समस्यांबद्दल सल्लामसलत आणि सहकार्य करण्यासाठी नाणेनिधी आवश्यक यंत्रणा उपलब्ध करते. चलनविषयक, राजकोषीय व वित्तीय समस्या आणि आंतरराष्ट्रीय प्रदानावर परिणाम करणाऱ्या विनिमय व व्यापारसंबंधी बाबींचा स्पष्टपणे अभ्यास केला जातो. व्यवहारतोल समस्येचा सामना करण्यासाठी नाणेनिधीकडून सदस्य देशांकडे तज्ज्ञांची नेमणूक केली जाते. तसेच सदस्य देशांमधील कर्मचाऱ्यांसाठी राजकोषीय, चलनविषयक आणि व्यवहारतोल याबाबत अल्पकालीन प्रशिक्षण अभ्यासक्रम आयोजित केले जातात.

७) विकसनशील देशांसाठी वरदान :

विकासशील देशांसाठी आंतरराष्ट्रीय नाणेनिधी एक वरदान आहे. अल्प विकसित देशांना नाणेनिधीकडून व्यवहारतोलातील तूट दूर करण्यासाठी आर्थिक सहाय्य, निर्यातीला प्रोत्साहन देण्यासाठी सवलतीचे वित्तीय सहाय्य, विकास प्रक्रियेतील अडथळे दूर करण्यासाठी सूचना यासारखे मोठ्या प्रमाणात सहाय्य मिळते. विकासभिमुख चलनविषयक, राजकोषीय, विनिमय आणि व्यापार धोरणांची निश्चिती, केंद्रीय बँकांच्या कार्यप्रणाली सुधारण्याच्या दृष्टीने कमी विकसित देशांना केंद्रीय बँकिंग सल्लागार सेवांचा विस्तार, सदस्य देशांतील कर्मचाऱ्यांना संस्थात्मक प्रशिक्षण आणि आंतरराष्ट्रीय रोखतेच्या समस्येचे निराकरण करण्यासाठी विशेष आहरण अधिकार (एसडीआर) यात नाणेनिधी सहाय्य करते.

४.३.२ आंतरराष्ट्रीय पुनर्रचना आणि विकास बँक (जागतिक बँक)–कार्ये आणि महत्त्व :

आंतरराष्ट्रीय पुनर्रचना आणि विकास बँक (International Bank for Reconstruction and Development - IBID) ही जागतिक बँक या नावाने परिचित आहे.आंतरराष्ट्रीय नाणेनिधीच्या स्थापनेच्या वेळी या बँकेचीही स्थापना करण्यात आली. आंतरराष्ट्रीय गुंतवणूकविषयक समस्यांची सोडवणूक करण्यासाठी या बँकेची स्थापना २७ डिसेंबर १९४५ रोजी करण्यात आली. या बँकेने २५ जून १९४६ रोजी कार्य करण्यास सुरुवात केली. ही बँक आंतरराष्ट्रीय नाणेनिधीस पूरक संस्था म्हणून कार्य करते.

१९४४ मध्ये झालेल्या ब्रेटन वुडस परिषदेमुळे आंतरराष्ट्रीय नाणेनिधीप्रमाणेच जागतिक बँकेचीही स्थापना करण्यात आली. आंतरराष्ट्रीय नाणेनिधी आणि जागतिक बँक यांच्या उद्दिष्ट व कार्यात मूलभूत स्वरूपाचा फरक आहे. आपल्या जवळील साठ्यातून सभासद देशांना परकीय चलन कर्जाऊ देऊन त्यांच्या व्यवहारतोलातील अल्पकालीन असमतोल दूर करणे हे आंतरराष्ट्रीय नाणेनिधीचे उद्दिष्ट आहे, तर सभासद देशांना विकास कार्यासाठी दीर्घकालीन कर्जे देऊन त्यांच्या व्यवहारतोलातील दीर्घकालीन असमतोल दूर करणे हे जागतिक बँकेचे उद्दिष्ट आहे.

जागतिक बँक ही सहकारसारखी असून, ती १८९ सदस्य देशांपासून बनली आहे. हे सदस्य देश किंवा समभागधारक, नियामक मंडळाद्वारे प्रतिनिधित्व करतात, जे जागतिक बँकेत अंतिम धोरणकर्ते आहेत. सामान्यत: नियामक किंवा राज्यपाल हे सदस्य देशांचे अर्थमंत्री किंवा विकास मंत्री असतात. ते वर्षातून एकदा जागतिक बँक समूहाच्या आणि आंतरराष्ट्रीय नाणेनिधीच्या नियामक मंडळाच्या वार्षिक बैठकीत भेट घेतात. नियामक किंवा गव्हर्नरर्स २५ कार्यकारी संचालकांना विशिष्ट कर्तव्ये सोपवतात जे बँकेत ऑन–साइटवर काम करतात. पाच सर्वात मोठे भागधारक कार्यकारी संचालक नियुक्त करतात, तर इतर सदस्य देशांचे प्रतिनिधित्व निवडलेले कार्यकारी संचालक करतात.

जागतिक बँक समूहाचे अध्यक्ष संचालक मंडळाच्या बैठकीचे अध्यक्ष असतात आणि बँकेच्या सर्वांगीण व्यवस्थापनास जबाबदार असतात. अध्यक्षांची कार्यकारी संचालक मंडळाद्वारे पाच वर्षांच्या, पुनर्नूतनीय मुदतीसाठी (renewable term) निवड केली जाते. कार्यकारी संचालक जागतिक बँकेचे संचालक मंडळ बनवतात. ते सामान्यतः आठवड्यातून दोनदा बँकेच्या व्यवसायाची देखरेख करण्यासाठी बैठक घेतात, ज्यात कर्ज व हमी, जागतिक बँक अध्यक्ष, व्यवस्थापन व वरिष्ठ कर्मचारी, यांच्या नेतृत्वात दैनंदिन चालविली आहे.

अ) जागतिक बँकेची प्रमुख उद्दिष्टे :

जागतिक बँकेची प्रमुख उद्दिष्टे पुढीलप्रमाणे आहेत.

१) सभासद देशांना उत्पादक कार्यासाठी भांडवल गुंतवणूक उपलब्ध करून त्यांच्या पुनर्रचनेत आणि विकासात मदत करणे.

२) विकसनशील देशांना गुंतवणूक भांडवलाचा पुरवठा करून त्यांच्या उत्पादक साधनसामग्रीच्या विकासास प्रोत्साहन देणे.

३) खासगी परकीय गुंतवणुकीस प्रोत्साहन देणे.

४) प्रत्यक्ष कर्जाच्या आधारे खासगी परकीय गुंतवणुकीच्या बाबतीतील उणीव भरून काढणे.

५) आंतरराष्ट्रीय व्यापाराची दीर्घकालीन संतुलित वाढ घडवून आणणे.

६) सभासद देशांच्या व्यवहारतोलातील दीर्घकालीन असमतोल नाहीसा करणे.

७) सभासद देशातील श्रमिकांची उत्पादकता, राहणीमानाची पातळी व स्थितीत सुधारणा करण्यासाठी मदत करणे.

ब) जागतिक बँकेची कार्ये :

जागतिक बँक आपल्या उद्दिष्टांना अनुसरून पुढील कार्ये करते.

१) पुनर्रचना व विकासास मदत :

जागतिक बँक सभासद देशांच्या पुनर्रचना व विकासास मदत करते. उत्पादक हेतूने भांडवल गुंतवणूक घडवून आणणे आणि उत्पादक सुविधा व साधनसामग्रीच्या विकासास प्रोत्साहन देणे या मार्गाने अशी मदत केली जाते.

२) कर्जाची उपलब्धता :

जागतिक बँक सभासद देशांना कर्ज उपलब्ध करून देते. असे कर्ज प्रामुख्याने चांगल्या प्रकारे आर्थिक वृद्धी घडवून आणण्यासाठी पाया घालण्यास मदत करण्यासाठी दिले जाते. जागतिक बँकेकडून सभासद देशातील विशिष्ट पुनर्रचना व विकास प्रकल्पासाठी प्रत्यक्ष किंवा हमीद्वारे कर्ज दिले जाते.

३) व्यवहारतोलातील असमतोल नाहीसा करणे :

सभासद देशांना व्यवहारतोलातील दीर्घकालीन असमतोल नाहीसा करण्यास जागतिक बँक मदत करते. त्यासाठी ती अशा देशांना विकास कार्यासाठी दीर्घकालीन कर्जे देते.

४) खासगी परकीय गुंतवणुकीस प्रोत्साहन :

जागतिक बँक खासगी परकीय गुंतवणुकीस प्रोत्साहन देण्याचे कार्य करते. खासगी गुंतवणूकदारांच्या कर्ज व गुंतवणुकीस हमी व त्यात सहभाग याद्वारे असे प्रोत्साहन बँकेकडून दिले जाते.

५) खासगी परकीय गुंतवणुकीची उणीव भरून काढणे :

जागतिक बँक खासगी परकीय गुंतवणुकीच्या बाबतीतील कमतरता भरून काढण्याचे कार्य करते. उत्पादक कार्यासाठी आपल्या स्वत:च्या भांडवलातून प्रत्यक्ष कर्जे उपलब्ध करून अशी कमतरता दूर करण्याचा प्रयत्न ही बँक करते.

६) आंतरराष्ट्रीय व्यापार वाढीस प्रोत्साहन :

आंतरराष्ट्रीय व्यापाराची दीर्घकालीन संतुलित वृद्धी घडवून आणण्याच्या बाबतीत प्रोत्साहन देण्याचे कार्य जागतिक बँक करते. तसेच दीर्घकालीन आंतरराष्ट्रीय गुंतवणुकीस प्रोत्साहन देऊन सभासद देशांच्या व्यवहारतोलातील समतोल राखण्यास मदत करण्याचे कार्य करते.

७) उत्पादक साधनसामग्रीचा विकास :

विकसनशील देशात उत्पादक साधनसामग्रीच्या विकासास प्रोत्साहन देण्याचे कार्य जागतिक बँक करते. अशा देशांना गुंतवणूक भांडवल पुरवून साधनसामग्रीच्या विकासास ही बँक हातभार लावते.

क) जागतिक बँकेचे महत्त्व :

जागतिक बँक वित्तीय सहाय्य, तांत्रिक सहाय्य, आंतर संघटनात्मक सहकार्य, प्रशिक्षण, संशोधन व अभ्यासाला मदत करणे, प्रकल्पांचे मूल्यांकन, गुंतवणूकीच्या वादांचे निराकरण, नागरी विकास, लोकसंख्या नियोजन व पर्यटन यास मदत अशा अनेक प्रकारे महत्वपूर्ण भूमिका पार पाडत आहे. जागतिक बँकेचे महत्त्व पुढीलप्रमाणे स्पष्ट करता येईल.

१) आर्थिक सहाय्य :

सदस्य देशांच्या पुनर्निर्माण आणि विकासासाठी जागतिक बँक आर्थिक सहाय्य करते. हे उत्पादक कामांसाठी भांडवली गुंतवणूकी अधिक सुकर करते. बँक आपल्या व्यवहारास मुख्यत्वे जागतिक भांडवल बाजारातील कर्जातून वित्त पुरवते. सरकार, व्यापारी बँका, निर्यात पतसंस्था आणि इतर बहुपक्षीय संस्थांकडूनही निधी जमा केला जातो. सातत्यपूर्ण विकास धोक्यात आणणाऱ्या रचनात्मक समस्यांना तोंड देणाऱ्या विकसनशील देशांना जागतिक बँक कर्ज पुरविते.

२) तांत्रिक साहाय्य :

जागतिक बँक आपल्या सदस्य देशांना तांत्रिक सहाय्य करते. तांत्रिक साहाय्य व्यवहार्यता अभ्यास, अभियांत्रिकी डिझाईन्स, बांधकाम, देखरेख, अंमलबजावणी, अभियांत्रिकी सेवा, ऊर्जा, वाहतूक, उद्योग इत्यादींशी संबंधित आहे.जागतिक बँक संयुक्त राष्ट्र विकास कार्यक्रमात (UNDP) अर्थसहाय्य केलेल्या प्रकल्पांची अंमलबजावणी करते. बँक आपल्या सदस्यांना विकास नियोजनाबाबत सल्ला देते.

३) आंतर संघटनात्मक सहकार्य :

जागतिक बँक अन्न व कृषी संघटना (FAO), जागतिक आरोग्य संघटना (WHO), संयुक्त राष्ट्र शैक्षणिक सामाजिक व सांस्कृतिक संघटना (UNESCO), संयुक्त राष्ट्राची व्यापार आणि विकास परिषद (UNCTAD), व्यापार आणि जकाती संबंधीचा सर्वसाधारण करार (GATT) कृषी विकासासाठी आंतरराष्ट्रीय निधी (IFAD), आशियाई विकास बँक (ADB), आंतरराष्ट्रीय कामगार संघटना (ILO) इ. अशा अनेक आंतरराष्ट्रीय संघटनांमध्ये सहकार्याला प्रोत्साहन देते.

४) प्रशिक्षण :

१९५८ मध्ये, जागतिक बँकेने सदस्य देशांच्या वरिष्ठ अधिकाऱ्यांना प्रशिक्षण देण्यासाठी कर्मचारी प्रशिक्षण महाविद्यालयाची स्थापना केली. या संस्थेला आर्थिक विकास संस्था (Economic Development Institute -EDI) म्हणून संबोधले जाते ज्यामध्ये अनेक प्रादेशिक संस्थांचे जाळे आहे. प्रादेशिक प्रशिक्षण संस्थांच्या सहकार्याने आर्थिक विकास संस्था वॉशिंग्टनमध्ये परिसंवादांचे आयोजन करते.

५) संशोधन व अभ्यास :

जागतिक बँकेने १९७१ मध्ये सामाजिक व इतर क्षेत्रात संशोधन अभ्यास सुरू केले. बँकेच्या अर्थसंकल्पातील जवळपास ३ टक्के आर्थिक आणि सामाजिक संशोधनासाठी देण्यात येते. बँकेने १९८३ मध्ये, हाती घेतलेल्या सर्व संशोधन कार्याचे मार्गदर्शन, समन्वय आणि मूल्यमापन करण्यास नेतृत्व देण्यासाठी जागतिक बँकेने संशोधन धोरण परिषद (Research policy council) ची स्थापना केली. बँक संशोधन सल्लागार समूह (Bank Research Advisory Group) संशोधन धोरण परिषदेस सल्ला देते. जागतिक बँकेचे स्वत:चे संशोधन कर्मचारी संशोधन कार्यात गुंतलेले आहेत.

६) प्रकल्पांचे मूल्यांकन :

बँक साहाय्य प्रकल्पांच्या मूल्यांकनानंतरच्या काळात जागतिक बँक कर्ज घेणाऱ्या देशांना मदत करते. जागतिक बँकेचा व्यवहार मूल्यांकन विभाग (Operations Evaluation Department) सदस्यांना अशी मदत करतो. सदस्य देशांच्या अधिकाऱ्यांच्या सहकार्याने हा विभाग विविध प्रकल्पांचे ऑडिट करतो. कर्ज घेणाऱ्या देशांतील कर्मचाऱ्यांना प्रकल्पांचे परीक्षण व मूल्यांकन करण्याचे प्रशिक्षण दिले जाते.

७) गुंतवणूक संबंधित वादांचे निराकरण :

जागतिक बँक सदस्य देश आणि परदेशी गुंतवणूकदार यांच्यात उद्‌भवणाऱ्या गुंतवणूकीशी संबंधित वाद मिटवते. १९६६ मध्ये जागतिक बँकेने तंटे मिटविण्यावर करार सुरू केले. विवादांच्या तोडग्यावरील करारास गुंतवणूक विवाद समझोता आंतरराष्ट्रीय केंद्र (International Centre for Settlement of Investment Disputes) असेही म्हणतात. भारत आणि पाकिस्तानमधील वाद आणि इजिप्त आणि युनायटेड किंगडम दरम्यानचे सुएझ कालव्यावरील वाद हे काही वाद या यंत्रणेच्या मदतीने मिटवले गेले.

८) नागरी विकास, लोकसंख्या नियोजन आणि पर्यटन :

जागतिक बँकेने लोकसंख्या प्रकल्प विकास आणि लोकसंख्या अभ्यास विभाग स्थापन केला. हा विभाग शहरी विकास आणि लोकसंख्या नियोजनावर लक्ष केंद्रित करतो.१९७६-७७ मध्ये जागतिक बँकेच्या पहिल्या लोकसंख्या मिशनने कुटुंब नियोजन कार्यक्रम तयार करण्यात मदत करण्यासाठी जमैकाला भेट दिली. पर्यटन गुंतवणूकीच्या बाबतीत आंतरराष्ट्रीय वित्त महामंडळास तांत्रिक सल्ला देण्यासाठी बँकेने पर्यटन प्रकल्पांसाठी एक विभाग स्थापन केला. अशा प्रकारे, जागतिक विकास आणि सर्व लोकांचे कल्याण करण्यासाठी जागतिक बँक सक्रिय भूमिका बजावते.

४.३.३ नवीन विकास बँक – कार्ये आणि महत्त्व :

ब्रिक्स देशांनी ब्रिक्स डेव्हलपमेंट बँक स्थापन केली आहे. या बँकेच्या प्रमुख उद्दिष्टात ब्रिक्स आणि इतर उद्योन्मुख देशात सार्वजनिक व खासगी क्षेत्रातील पायाभूत सुविधा व विकास प्रकल्पांना आधार देण्यासाठी साधनसामग्रीचा वापर करणे आणि बँकेने आधार देऊ केलेल्या पायाभूत सुविधा व शाश्वत विकासाचे प्रकल्प तयार करण्यासाठी आणि त्याच्या अंमलबजावणीसाठी तांत्रिक साहाय्य पुरविणे यांचा समावेश आहे. आर्थिक विकासासाठी एकमेकांना सहकार्य करण्यावर या देशांचा भर आहे. विकासाला वेग देण्यासाठी व्यापार, गुंतवणूक आणि आर्थिक वाढ हे मार्ग आहेत. ब्रिक्सचा भर तांत्रिक साहाय्यावर आहे.

नवीन विकास बँक, जी पूर्वी ब्रिक्स विकास बँक म्हणून संबोधली जात होती ती ब्रिक्स देशांनी स्थापन केलेली बहुपक्षीय विकास बँक आहे.

अ) नवीन विकास बँकेची रचना :

बँकेस नियामक मंडळ, संचालक मंडळ, अध्यक्ष, उपाध्यक्ष आणि त्यांना आवश्यक असे इतर अधिकारी व कर्मचारी असतात.

१) नियामक मंडळ – रचना आणि अधिकार :

बँकेचे सर्व अधिकार नियामक मंडळ निहित (vested) असतात. ज्यामध्ये एक गव्हर्नर असतो आणि प्रत्येक सदस्याने ठरविल्याप्रमाणे एक वैकल्पिक (alternate) नेमला जातो. गव्हर्नर मंत्री पातळीवर असतात आणि त्यांची नेमणूक सभासदांच्या मर्जीनुसार असते. मंडळ वार्षिक आधारावर अध्यक्षपदी गव्हर्नरांपैकी एकाची निवड करते.

नियामक मंडळ पुढील अधिकार वगळता इतर संचालक अधिकाऱ्यांना मंडळाचे कोणतेही अधिकार सोपवू शकतात.

i) नवीन सदस्यांना प्रवेश देणे आणि त्यांच्या प्रवेशाच्या अटी निश्चित करणे,

ii) भांडवलाचा साठा वाढवणे किंवा कमी करणे,

iii) एखाद्या सदस्याला निलंबित करणे,

iv) करारामध्ये सुधारणा करणे,

v) संचालकांनी दिलेल्या कराराच्या स्पष्टीकरणावरून अपील ठरविणे,

vi) इतर आंतरराष्ट्रीय संस्थांच्या सहकार्यासाठी सामान्य कराराचा निष्कर्ष अधिकृत करणे,

vii)बँकेच्या निव्वळ उत्पन्नाचे वितरण निश्चित करणे,

viii) बँकेचे कामकाज संपुष्टात आणणे आणि त्याची मालमत्ता वाटप करण्याचे ठरविणे,

ix) अतिरिक्त उपाध्यक्षांच्या संख्येबाबत निर्णय घेणे,

x) बँकेचे अध्यक्ष निवडणे,

xi) भांडवल कॉल करण्यासाठी संचालक मंडळाच्या प्रस्तावाला मान्यता देणे,

xii) दर ५ (पाच) वर्षानंतर बँकेच्या सामान्य धोरणाला मान्यता देणे.

नियामक मंडळ वार्षिक सभा घेते. मंडळाच्या बैठकी संचालकांकडून जेव्हा जेव्हा सदस्यांद्वारे विनंती केली जाईल तेव्हा बोलावण्यात येतात, ज्यांची संख्या वेळोवेळी नियामक मंडळाद्वारे निश्चित केली जाते. नियामक मंडळाच्या कोणत्याही बैठकीसाठी गव्हर्नरांचे बहुमत आवश्यक असते व जे एकूण मतदान अधिकार असलेल्यांच्या दोन तृतीयांशपेक्षा कमी नसावेत.

२) संचालक मंडळ :

संचालक मंडळ बँकेच्या सामान्य कामकाजासाठी जबाबदार असते आणि या कारणासाठी त्यांना नियामक मंडळाने दिलेल्या सर्व अधिकारांचा व विशेषतः पुढील अधिकाराचा उपयोग केला जातो.

नियामक मंडळाच्या सर्वसाधारण निर्देशांच्या अनुषंगाने व्यवसायाची रणनीती, देशातील नीती, कर्ज हमी, इक्विटी गुंतवणूकी, बँकेकडून कर्ज घेणे, मूलभूत कार्यरत प्रक्रिया व शुल्क निश्चित करणे, तांत्रिक सहाय्य देणे आणि बँकेच्या इतर कामकाजाबाबत निर्णय घेणे. प्रत्येक वार्षिक बैठकीत नियामक मंडळाच्या मान्यतेसाठी प्रत्येक आर्थिक वर्षाचा जमाखर्च सादर करणे आणि बँकेचा अर्थसंकल्प मंजूर करणे.

प्रत्येक संस्थापक सदस्य १ (एक) संचालक आणि १ (एक) वैकल्पिक नियुक्त करतो. नियामक मंडळ विशेष बहुमताने अशी पद्धत स्थापित करते की ज्याद्वारे अतिरिक्त संचालक आणि विकल्प निवडले जातील, जेणेकरून एकूण संचालकांची संख्या १० (दहा) पेक्षा जास्त नसते.

संचालक २ (दोन) वर्षांच्या मुदतीसाठी असतात आणि ते पुन्हा निवडून येऊ शकतात. संचालक त्याच्या वारसदारांची निवड आणि योग्यता ठरेपर्यंत पदावर राहील. संबंधित संचालक उपस्थित नसताना वैकल्पिक संचालकांना काम करण्याची संपूर्ण अधिकार असतो.

३) अध्यक्ष आणि कर्मचारी :

अ) नियामक मंडळ रोटेशनच्या आधारावर संस्थापक सदस्यांपैकी एक अध्यक्ष निवडते. अध्यक्ष संचालक मंडळाचा सदस्य असतो, निर्णायक मत देण्याव्यतिरिक्त त्यांना मतदानाचा हक्क मिळत नाही. अध्यक्ष नियामक मंडळाच्या बैठकीत भाग घेऊ शकतात, परंतु अशा सभांमध्ये ते मतदान करू शकत नाहीत.

आ) अध्यक्ष हे बँकेच्या कार्यकारी कर्मचाऱ्यांचा प्रमुख असतो आणि संचालकांच्या निर्देशानुसार, बँकेचा सामान्य व्यवसाय आणि विशेषतः :

i) संचालकांना जबाबदार असल्याने संघटन, अधिकारी व कर्मचाऱ्यांची नेमणूक व कामावरून कमी करणे, तसेच नियामक मंडळाकडे उपाध्यक्षांची नियुक्ती व बर्खास्त करण्याची शिफारस करण्यास जबाबदार असतो.

ii) नियामक मंडळाने स्थापन केलेल्या पत आणि गुंतवणूक समितीचे प्रमुख अध्यक्ष असतात.

अध्यक्षांनी प्रतिनिधित्व केलेला देश वगळता प्रत्येक संस्थापक सदस्यामधून किमान १ (एक) उपाध्यक्ष असतो. नियामक मंडळामार्फत अध्यक्षांच्या शिफारसीनुसार उपाध्यक्षांची नेमणूक केली जाते. संचालक मंडळाने निश्चित केल्याप्रमाणे, उपाध्यक्ष आपल्या अधिकाराचा उपयोग करतात आणि बँकेच्या प्रशासनात कार्य करतात.

अध्यक्ष आणि प्रत्येक उपाध्यक्ष ५ (पाच) वर्षांच्या मुदतीसाठी, अनूतनीकरणशील असतात, पहिल्या उपाध्यक्षांचा कार्यकाळ वगळता, ज्यांचा कार्यकाळ ६ (सहा) वर्षांचा असतो.

बँक, त्याचे अधिकारी व कर्मचारी कोणत्याही सदस्याच्या राजकीय कार्यात हस्तक्षेप करीत नाहीत किंवा संबंधित सभासद किंवा संबंधित सदस्यांच्या राजकीय स्वरूपाचा त्यांच्या निर्णयावर त्यांचा प्रभाव पडत नाही. केवळ आर्थिक बाबी त्यांच्या निर्णयाशी संबंधित असतात.

ब) नवीन विकास बँकेची उद्दिष्टे :

नवीन विकास बँकेची उद्दिष्टे पुढीलप्रमाणे आहेत.

१) साधनसामग्री किंवा साधनसंपत्ती संघटीत करून कामी लावणे :

बँकेचा उद्देश जागतिक विकास आणि विकासासाठी बहुपक्षीय आणि प्रादेशिक वित्तीय संस्थांच्या विद्यमान प्रयत्नांना पूरक, ब्रिक्स आणि अन्य उदयोन्मुख अर्थव्यवस्था आणि विकसनशील देशांमध्ये पायाभूत सुविधा आणि शाश्वत विकास प्रकल्पांसाठी सार्वजनिक किंवा खासगी संसाधने एकत्र करणे हा आहे. खासगी किंवा सार्वजनिक, ब्रीक्समधील आणि इतर उदयोन्मुख अर्थव्यवस्था आणि विकसनशील देशांमधील पायाभूत सुविधा आणि शाश्वत विकास प्रकल्पांसाठी साधनसामग्री किंवा साधनसंपत्ती संघटीत करून कामी लावणे हे या बँकेचे उद्दिष्ट आहे.

२) तांत्रिक सहाय्य पुरविणे :

नवीन विकास बँक पायाभूत सुविधा आणि शाश्वत विकास प्रकल्पांना आधार देणाऱ्या योग्य बँकिंग तत्त्वांनुसार कार्य करते. समर्थित प्रकल्पांच्या तयारीसाठी किंवा सज्जतेसाठी व अंमलबजावणीसाठी तांत्रिक सहाय्य पुरविणे हे बँकेचे उद्दिष्ट आहे.

३) आर्थिक सहाय्य करणे :

सदस्य देशातील सार्वजनिक किंवा खासगी प्रकल्पांना कर्ज, हमी, समभागात सहभाग आणि इतर कोणतेही आर्थिक साधन म्हणून मदत करणे हेही बँकेचे उद्दिष्ट आहे.

४) अंतर्गत बचत आणि गुंतवणूकीचा उपयोग करणे :

उभरत्या बाजारात आणि विकसनशील देशांमधील बचत अधिक उत्पादक वापराकडे नेण्याद्वारे जागतिक अर्थव्यवस्थेला संतुलित करण्यास मजबूत करणे हे नवीन विकास बँकेचे उद्दिष्ट आहे.

५) पर्यावरण संरक्षणासाठी सहाय्य करणे :

ग्लोबल वार्मिंग समस्येचा सामना करताना जगभरातील प्रत्येक देशाला तोडगा हवा आहे. ब्रिक्सचे पर्यावरण संरक्षणासाठी सहाय्य करणे व परिस्थितीवर नियंत्रण ठेवण्यासाठी अर्थसहाय्य देणे हे या बँकेचे एक उद्दिष्ट आहे.

क) नवीन विकास बँकेची कार्ये :

नवीन विकास बँकेची कार्ये पुढीलप्रमाणे आहेत :

१) पायाभूत सुविधा व टिकाऊ विकास प्रकल्पांसाठी साधनसामग्रीचा उपयोग :

ब्रिक्स आणि इतर उदयोन्मुख बाजार अर्थव्यवस्था आणि विकसनशील देशांमध्ये कर्ज, हमी, इक्विटीमध्ये सहभाग आणि इतर वित्तीय साधनांच्या तरतूदीद्वारे सार्वजनिक किंवा खासगी पायाभूत सुविधा व टिकाऊ विकास प्रकल्पांना आधार देण्यासाठी संसाधनांचा किंवा साधनसामग्रीचा उपयोग करणे हे ब्रिक्स–नवीन विकास बँकेचे महत्त्वाचे कार्य आहे. एकापेक्षा अधिक देशांचा समावेश असलेल्या पायाभूत सुविधा आणि टिकाऊ विकास प्रकल्पांना आधार देण्याचे कार्य ही बँक करते.

२) संस्थात योग्य सहकार्य :

आंतरराष्ट्रीय संस्था, तसेच राष्ट्रीय किंवा सार्वजनिक किंवा खासगी, विशेषतः आंतरराष्ट्रीय वित्तीय संस्था आणि राष्ट्रीय विकास बँकांसह राष्ट्रीय संस्था यांच्याशी योग्य असे सहकार्य करणे हे या बँकेचे कार्य आहे.

३) तांत्रिक सहाय्य :

बँकेद्वारे पाठबळ दिलेल्या पायाभूत सुविधांची सज्जता किंवा तयारी व अंमलबजावणी आणि शाश्वत विकास प्रकल्पांना बँकेद्वारे पाठबळ देण्यासाठी तांत्रिक सहाय्य प्रदान करणे हे या बँकेचे कार्य आहे.

४) विशेष निधीची स्थापना :

विशेष निधीची स्थापना किंवा प्रशासनावर त्याची जबाबदारी सोपविण्याचे कार्य ही बँक करते. त्याद्वारे ज्या उद्देशाने हे निधी स्थापन झाले आहेत ते उद्देश साध्य करण्याचा विशेष प्रयत्न ही बँक करते.

ड) नवीन विकास बँकेचे महत्त्व :

नवीन विकास बँकेचे महत्त्व पुढीलप्रमाणे :

१) पायाभूत सुविधा व विकास प्रकल्प :

ब्रिक्स सदस्य देश आणि इतर उदयोन्मुख आणि विकसनशील अर्थव्यवस्थांसाठी पायाभूत सुविधा व विकास प्रकल्पासाठी साधनसामग्री संघटीत करून कामी लावण्याच्या बाबतीत ब्रिक्स नवीन विकास बँक (BRICS New Development Bank) महत्त्वाची भूमिका बजावीत आहे.

२) आर्थिक संकटाच्या परिणामाविरूद्ध बफर :

देशांना भविष्यातील आर्थिक धक्क्याविरूद्ध प्रतिकार करण्यास मदत करण्यासाठी आकस्मिक राखीव व्यवस्था तयार केली आहे.

३) पर्यावरण संरक्षणासाठी सहाय्य :

ग्लोबल वार्मिंग समस्येचा सामना करताना जगभरातील प्रत्येक देशाला तोडगा हवा आहे. ब्रिक्सचे उद्दीष्ट आहे की, शून्य कार्बन कसा ठेवावा? एकूणच पर्यावरणाला तसेच बऱ्याच विकसनशील देशांच्या अर्थव्यवस्थेसाठी नैसर्गिक संसाधनाची घसरण एक मोठा धोका बनली आहे. पर्यावरण संरक्षणासाठी नवीन विकास बँकेने सहाय्य करण्यासाठी पुढाकार घेतला आणि या परिस्थितीवर नियंत्रण ठेवण्यासाठी अर्थसहाय्य दिले आहे.

प्रश्न

प्र. १. खालील प्रश्नांची वीस शब्दात उत्तरे लिहा.

१) आंतरराष्ट्रीय बँक व्यवसाय म्हणजे काय ?

२) ऑफशोअर बँक व्यवसाय युनिट म्हणजे काय ?

३) परकीय बँका म्हणजे काय ?

४) प्रतिव्यवहारी बँका म्हणजे काये ?

५) बेसल १ म्हणजे काय ?

६) बेसल २ म्हणजे काय ?

७) बेसल ३ म्हणजे काय ?

८) लिबोर (LIBOR) म्हणजे काय ?

प्र. २. खालील प्रश्नांची सविस्तर उत्तरे लिहा.

१) आंतरराष्ट्रीय बँक व्यवसायाचे वर्गीकरण स्पष्ट करा.

२) आंतरराष्ट्रीय बँक व्यवसाय करार-बेसल प्रमाणके स्पष्ट करा.

३) आंतरराष्ट्रीय नाणेनिधीची कार्ये व महत्त्व स्पष्ट करा.

४) आंतरराष्ट्रीय पुनर्रचना आणि विकास बँकेची (जागतिक बँक) कार्ये व महत्त्व स्पष्ट करा.

५) नवीन विकास बँकेची कार्ये व महत्त्व स्पष्ट करा.

* * *

संदर्भ सूची

- Agarwal, A.N. (2001) Indian Economy Problems of Development and Planning, Wishwa Prakashan, New Delhi.
- Dewett, K.K., Varma, J.D. and M.L. SHARMA (2002), Indian Economics, S. Chand and Company Ltd., New Delhi.
- Dhar, P.K. (2002), Indian Economy. Its Growing Dimensions, Kalyani Publishers, New Delhi.
- Jingan M.L. - (2004) Money, Banking, International Trade and Public Finance : Vrinda Publication (P) Ltd., Delhi.
- Mathur, B.L. (2000), Economic Policy And Development, BSA Publishers, Jaipur.
- Misra, S.K. and V.K. Puri (1997), Problems of Indian Economy, Himalaya Publishing House, Mumbai.
- Misra, S.K. and V.K. Puri (2004) Indian Economy, Himalaya Publishing House, Mumbai.
- Mithani, D.M. (2001), Money, Banking, International Trade And Public Finance, Himalaya Publishing House, Mumbai.
- World Trade and Development Report (2014), Academic Foundation, New Delhi.
- Government of India, India (2014), Publication Division, Ministry of Information and Broadcasting, New Delhi.
- Tata Services Ltd., (2012), Statistical Outline of India 2012-13, Mumbai.
- Dewett (2008), Modern Economic Theory : Shyam Lal Charitable Trust, Ram Nagar, New Delhi.
- Jhingan M. L (2005), International Economics : Vrinda Publications (p) Ltd., Delhi.
- Samuelson Paul A. and William D. Nordhaus - (1995) : Economics : Mc Graw-Hill, Inc. New York.
- Varshney R. L. and K. L. Maheshwari (2005) : Managerial Economics : Sultan Chand and Sons, New Delhi.
- Ahuja H.L. (2004) : Modern Economics : S. Chand & Company Ltd., New Delhi.
- Seth, M.L. (2002), Monetary Economics, Lakshmi Narayan Agarwal Educational Publishers, Agra.
- अर्थशास्त्र परिभाषा कोश (१९८७), भाषा संचालनालय, महाराष्ट्र शासन, मुंबई.

www.ingramcontent.com/pod-product-compliance
Lightning Source LLC
LaVergne TN
LVHW082046051026
849532LV00011B/3500
* 9 7 8 8 1 1 9 9 3 9 2 1 3 *